வரலாற்றில் பொய்கள்

தேமொழி

தமிழ் மரபு அறக்கட்டளை

Tamil Heritage Foundation international
Germany . Malaysia . India . Srilanka

வரலாற்றில் பொய்கள் ● ஆசிரியர்: தேமொழி ● பதிப்பகம்: தமிழ் மரபு அறக்கட்டளை பதிப்பகம் ● டிசம்பர் 2021 (முதலாம் பதிப்பு) ● அளவு: Demy Octavo ● பக்கம் : 90 ● உரிமை ஆசிரியருக்கு ● வெளியீடு: தமிழ் மரபு அறக்கட்டளை ● மின்னஞ்சல்: mythforg@gmail.com ● விலை: ரூ.100/- ● ஐரோப்பாவில் யூரோ 3/-

Varalatril Poykal ● Author: Themozhi ● Publisher: Tamil Heritage Foundation Pathipagam ● December 2021 (First Edition) ● Size: Demy Octovo ● Pages: 90 ● Copyright: Author ● Email: mythforg@gmail.com ● ISBN: 978-1-64786-550-4 ● Price: Rs.100/- ● Europe: Euro 3/-

பதிப்புரிமை பெற்றது. இந்நூலைப் பதிப்பகத்தாரின் அனுமதியின்றி முழுமையாகவோ அல்லது பகுதியாகவோ வெளியிடக் கூடாது.

"மெய்ப்பொருள் காண்பது அறிவு"

என்று அனைவருக்கும் வழிகாட்டும்

வள்ளுவருக்கு ...!

பதிப்புரை

பொய்யான தகவல்கள் மீண்டும் மீண்டும் சொல்லப்படும்போது அவை வரலாற்றில் உண்மைகளாகப் பதியப்படுகின்றன. பெருவாரியான மக்களும் அப்பொய்களின் அடிப்படையில் புதிய பாதைகளைக் கட்டமைத்துச் செல்லக்கூடிய அவலம் நேர்ந்துவிடுகின்றது. அரசியல் பலம் பொருந்தியவர்களும் பொருளாதார பலம் பொருந்தியவர்களும் தங்கள் சுயநலத்தேவைகளுக்காகவும் அல்லது தாங்கள் உறுதியாகப் பற்றியிருக்கும் கொள்கைகளைப் பிரபலப்படுத்தி பரவலாக்கம் செய்யவும் திட்டமிட்ட வரலாற்றுத் திரிபுகளை ஏற்படுத்துவது நிகழ்கின்றது. இத்தகைய அவலம் இந்தியச் சூழலில் மட்டுமல்ல, ஒட்டுமொத்த எல்லாச் சமூகங்களிலும் அவ்வப்போது நடக்கின்ற ஒன்றுதான். இந்த ஹோமோ சேப்பியன் வகை மனித இனத்திற்கு உள்ள மூளைத்திறனில் உண்மைக்குப் புறம்பான செய்திகளைத் தயாரித்துத் திரிபுத்தன்மை கொண்ட செய்திகளை வழங்கும் திறன்கூட ஒரு தனி இயல்புதான் போலும். அதனால்தான் கட்டுக்கதைகளும் பொய்ச்செய்திகளும் மனிதகுல வரலாற்றில் தொடர்ந்து இடம்பெற்று வருகின்றன.. நாளைய வரலாற்றில் இடம் பெறுவதற்காக இன்றே தயாரிக்கப்படுகின்றன.

இன்று நாம் தினம் கடந்து செல்லும் செய்தி ஊடகங்கள் நமக்கு வழங்குகின்ற செய்திகளில் எவ்வளவுக்கு எவ்வளவு நம்பகத்தன்மை கொண்டுள்ளன? நம்மை வந்தடைகின்ற செய்திகளில் எவ்வளவுக்கெவ்வளவு உண்மையான செய்திகள் இருக்கின்றன? அவற்றுள் எத்தனை செய்திகள் உண்மைக்குப் புறம்பான திரிக்கப்பட்ட பொய்ச்செய்திகள் என்பதை அலசி ஆராய்வதில் நமது நேரம் விரயமாகிக்கொண்டேயிருக்கின்றது. டிஜிட்டல் தொழில்நுட்பம் வந்துவிட்ட இந்தக் காலகட்டத்தில் பொய்ச் செய்திகளைத் திரித்து வழங்குவதில் பல புதிய உத்திகளை இத்தகைய பொய்த் தகவல் தயாரிப்பாளர்கள் கையாளுகிறார்கள். பொய்யாகத் திரிக்கப்படும் ஒவ்வொரு செய்திக்குப் பின்னணியிலும் அரசியல் நோக்கம் ஒன்று இருக்கின்றது என்பது காலம் காலமாக நாம் காண்கின்ற ஒன்றுதான்.

கடந்த நூற்றாண்டுகளில் பத்திரிக்கை ஊடகங்கள் வெளியிட்ட செய்திகளில் மக்கள் சந்தேகத்துக்கு இடமின்றி உண்மையான செய்திகளை அறிந்து கொண்டதாகவே பெரும்பாலும்

நம்பினார்கள். அந்த நம்பிக்கைக்கு உறுதி அளிக்கும் வகையில் பெரும்பாலான பத்திரிகைகள் தங்கள் ஊடக தர்மத்தைக் கடைப்பிடித்தன. ஆனால் நாள் செல்லச்செல்ல இன்று நம்மை வந்தடைகின்ற செய்திகள் அனைத்திலுமே நம்பகத்தன்மை மிகப்பெரிய கேள்விக்குறியாகவே நம் முன் பெரும் சவாலை ஏற்படுத்தி நிற்கின்றன.

திரிக்கப்பட்ட செய்திகளும் பொய்களும் இப்பொழுதுதான் தோன்றினவா என்றால் இல்லை என்கிறது வரலாறு. உதாரணமாக, கத்தோலிக்கத் திருச்சபையின் அதிகாரம் இடைக்காலத்தில் குறிப்பிடத்தக்க வகையில் வளர்ந்தபோது கத்தோலிக்கத் திருச்சபைக்கும் ஐரோப்பிய ஆளும் வர்க்கத்திற்கும் இடையில் மோதல்கள் எழுந்தன. கி.பி.8 ஆம் நூற்றாண்டில் "கான்ஸ்டன்டைனின் நன்கொடை" (The Donation of Constantine) என்று அழைக்கப்படும் ஒரு ஆவணத்தைக் கத்தோலிக்கத் திருச்சபை தனக்குச் சாதகமாகக் காட்டியது. கி.பி.4ஆம் நூற்றாண்டில் ஆட்சி செய்த ரோம் அரசின் மாமன்னன் கான்ஸ்டன்டைன் கிழக்கு ஐரோப்பாவின் நிலங்களையும் அரசியல் கட்டுப்பாட்டையும் போப் முதலாம் சில்வெஸ்டருக்கு மாற்றியுள்ளார் என்று குறிப்பிடும் வகையில் இந்த ஆவணம் உருவாக்கப்பட்டிருந்தது. நான்கு நூற்றாண்டுகளுக்கு முன்னர் போப் முதலாம் சில்வெஸ்டர் மாமன்னன் கான்ஸ்டன்டைனை தொழுநோயிலிருந்து குணப்படுத்தியதாகவும் அதற்குப் பரிகாரமாக மிகப்பெரிய அளவிலான நிலங்களையும் அவற்றிற்கு உரிமை கோரும் அதிகாரத்தையும் மன்னர் திருச்சபைக்கு வழங்கியதாக அதில் கூறப்பட்டிருந்தது. கிழக்கு ஐரோப்பாவின் பல்வேறு நிலப்பகுதிகளின் மீது தனது கட்டுப்பாட்டை உறுதிப்படுத்தக் கத்தோலிக்கத் திருச்சபை இந்த ஆவணத்தைப் பலமுறை வெற்றிகரமாக பயன்படுத்தியது. 15ஆம் நூற்றாண்டு வரை இது மறுத்துக் கேள்வி கேட்கப்படாமல் செயல்பாட்டிலிருந்தது. இந்த ஆவணத்தின் நம்பகத்தன்மை மேல் சந்தேகம் கொண்டு இதனை ஆய்வு செய்தோர் இந்த ஆவணம் கி.பி.4 ஆம் நூற்றாண்டில் எழுதப்பட்டிருக்க முடியாது என்று ஆவணத்தின் பகுப்பாய்வின் வழி கண்டறிந்தனர்: கான்ஸ்டன்டைனின் காலத்தில் 'fief' போன்ற புழக்கத்தில் இல்லாத சொற்களை இந்த ஆவணம் பயன்படுத்தியுள்ளது என்பதோடு கான்ஸ்டன்டைனின் லத்தீன் மொழி எழுத்துப்பயன்பாட்டில் இல்லாத சொற்களை இந்த ஆவணம் கொண்டிருந்தது என்பதையும் வெளிப்படுத்தியது. கத்தோலிக்கத் திருச்சபை இந்தப் புலன்விசாரணையின் விபரீதத்தை அறிந்து குறிப்பிடப்படும் அந்த நிலத்தை சார்ல்ஸ் மன்னர் (Charlemagne) வழங்கியதாக அறிவிக்கும் ஒரு கூடுதல் ஆவணத்தையும் உருவாக்கியது. ஆனால் அது வெளியிடப்படவில்லை.

ஆவணம் உண்மையாக இருந்தாலும் கூட இது கான்ஸ்டன்டைனின் வாழ்நாளில் மட்டுமே முறையானதாக இருந்திருக்கும் என்ற கருத்துடன் திருச்சபையை எதிர்த்தவர்கள் சட்ட மற்றும் அதிகார வரம்பைக்கோர முயன்றனர். ஆனால் கத்தோலிக்கத் திருச்சபை ஏற்கனவே இப்பகுதிகளில் ஆழமாகத் தமது ஆளுமையைச் செலுத்திக் கொண்டிருந்தமையினால் அந்த ஆவணம் ஒரு உண்மைத்தன்மையற்ற மோசடிச்செயல் என நிறுவப்பட்ட பின்னரும்கூடப் பலர் அப்பொய்யை உண்மையென்றே நம்பினர்.

இதே போன்ற மற்றுமொரு நிகழ்வு..

ஆகஸ்ட் 21, 1835 அன்று தி நியூயார்க் சன் (New York Sun) பத்திரிக்கை சந்திரனில் உயிரைக் கண்டுபிடித்தது பற்றிய தொடர் கட்டுரைகளை வெளியிட்டது. சர் ஜான் ஹெர்ஷல் (Sir John Herschel) என்ற நன்கு அறியப்பட்ட வானியலாளரால் இவை எழுதப்பட்டன. புதிய ஹைட்ரோ-ஆக்ஸிஜன் உருப்பெருக்கிகளைப் பயன்படுத்தி ஹெர்ஷல் இந்தக் கண்டுபிடிப்புகளை மேற்கொண்டதாகவும் கண்டுபிடிப்பு எவ்வாறு செய்யப்பட்டது என்பதை நம்பக்கூடிய அறிவியல் விவரங்களில் விவரித்ததாகவும் கட்டுரை தெரிவித்தது. வினோதமான வடிவில் அமைந்த உயிர் வாழும் சந்திரனில் வசிப்பவர்கள் என்று ஒரு வினோதமான படத்தையும் வரைந்து அப்பத்திரிக்கை வெளியிட்டது. அந்த ஆகஸ்ட் மாதத்தில் பல புதிய சந்தாதாரர்களைத் தங்கள் செய்தித்தாளில் சேர்ப்பதற்கான அவர்களின் இலக்கை இத்தகைய பொய்யான செய்தியை வெளியிட்டு மக்கள் மத்தியில் சலசலப்பையும் எதிர்பார்ப்பையும் ஏற்படுத்தித் தங்கள் நோக்கத்தை நிறைவேற்றிய பின்னர் செப்டம்பர் மாதத்தில், முன்னர் ஆகஸ்ட் மாதத்தில் வெளியிடப்பட்ட அந்தக் கட்டுரை ஒரு புரளிதானே தவிர வேறொன்றுமில்லை என்று அதே பத்திரிக்கை அறிவித்தது.

இப்படி எண்ணற்றப் பொய்கள் உலக வரலாற்றை நிரப்பியிருக்கின்றன; நிரப்ப முயற்சி எடுத்துக் கொண்டிருக்கின்றன.

ஏராளமான பொய்ச் செய்திகள் நம்மைச்சுற்றி வந்து கொண்டிருக்கும் வேளையில் அவற்றின் நம்பகத்தன்மையை ஆராய்ந்து இனம் பிரித்து அவை போலிச் செய்திகளா? அல்லது உண்மை செய்திகளா? எனக் கண்டறியும் முயற்சியைச் செய்கின்ற ஆய்வாளர் கூட்டம் காலங்காலமாக இயங்கிக் கொண்டேதான் இருக்கின்றது. இத்தகையோர் உண்மையைப் பாதுகாக்க விருப்பம் கொண்டவர்கள்; சமூகத்தின்பால் அக்கறை கொண்டவர்கள்; சரியான அரசியல் மற்றும் பொருளாதாரத் தகவல்களை மக்களுக்கு வழங்கவேண்டும் என்ற கருத்தினை அடிநாதமாக மனதில் பதித்து

வைத்தவர்கள். இத்தகையோரது செயல்பாடுகளினால் பொய்யாகத் திரித்துப் பரவலாக்கப்பட்ட செய்திகள் வலுவிழந்து விடுகின்றன

ஆய்வாளர்கள் ஒருபக்கம் தங்கள் ஆய்வுத்திறனைப் பயன்படுத்திப் பொய்யான செய்திகளைத் தோலுரித்துக் காட்ட முயற்சிக்கும் அதேவேளை தற்சமயம் நவீனத் தொழில்நுட்பமும் பொய்யான செய்திகளைக் கண்டறியும் வகையில் புதிய தொழில்நுட்பங்களை உருவாக்கிக் கொண்டே இருக்கின்றது. இத்தகைய நவீன கணினித் தொழில்நுட்பமானது வெளியிடப்படுகின்ற செய்திகளில் உள்ள திரிக்கப்பட்ட பகுதிகளைச் சரியாக அடையாளம் கண்டு அவை போலிதான் என்பதை நிரூபிக்க முயல்கின்றன சரி.

இந்த நூல் இந்திய அளவில் வரலாற்றில் பொய்களைத் திணிக்க மேற்கொள்ளப்பட்ட சில கருத்துருவாக்க முயற்சிகளை அலசி ஆராய்கின்றது; அவை உண்மைத்தன்மையற்றவை என வெளிப்படுத்துகின்றது. தக்க சான்றாதாரங்களை வழங்கி எவ்வகையில் இந்தக் கற்பனைகளும் சுயநலம் சார்ந்த கருதுகோள்களும் நம்பகத்தன்மையற்றவை என்பதை வாசகர்களின் முன் வைக்கின்றது.

நூலாசிரியர் முனைவர். தேமொழி உண்மைகள் மட்டுமே வரலாற்றை நிரப்ப வேண்டும் என்ற நோக்கத்திற்காக இந்த நான்கு கட்டுரைகளுக்காகவும் மிகக் கடுமையாக உழைத்திருக்கின்றார் என்பதைக் கட்டுரைகள் ஐயமின்றி வெளிப்படுத்துகின்றன. ஒவ்வொரு கட்டுரைக்கும் எடுத்தாளப்பட்டுள்ள சான்றாதாரங்கள் வலுவானவை. ஆய்வின் முடிவுகள் உண்மையை மிகக் கூர்மையாக வெளிப்படுத்துகின்றன. வரலாற்றில் உண்மையைக் காண விரும்புவோருக்கு அவரது சிந்தனைக்கு இந்த நூல் ஒரு விருந்து. உண்மையைத் தேடும் ஆய்வில் நாட்டம் கொண்டிருக்கும் ஆய்வு மாணவர்களுக்கு இந்த நூல் நல்லதொரு வழிகாட்டி.

தமிழர் வரலாற்றுக்கு ஓர் அரணாகச் செயல்படும் முயற்சியில் தொடர்ந்து ஈடுபட்டு வரும் தமிழ் மரபு அறக்கட்டளை இந்த நூலைப் பதிப்பிப்பதில் பெருமகிழ்ச்சியடைகின்றது.

முனைவர்.க.சுபாஷிணி

தலைவர், தமிழ் மரபு அறக்கட்டளை பன்னாட்டு அமைப்பு

ஜெர்மனி, 05.06.2021

என்னுரை

வரலாறு என்று பதிவு செய்யப்பட்ட எவையும் மாறாதவை என்பது இன்றைய நாளில் பிழையாகிப் போன ஒரு கருத்தாக்கம். இன்று வரலாறு எனக் கிடைக்கும் செய்தியை ஆராய முற்பட்டு மீள்பார்வை செய்யும் எவரும் மறைக்கப்பட்ட அல்லது காலப்போக்கில் மறந்துபோன உண்மைகளை வெளியே கொண்டு வந்து கொண்டுதானிருக்கின்றனர்.

ஆஷ் துரையை வாஞ்சிநாதன் சுட்டுக் கொன்ற உண்மை நோக்கம் சனாதன தர்மத்தினைப் பாதுகாக்கும் நோக்கம் என்பதை வாஞ்சிநாதனின் மரணவாக்குமூல வரிகளைக் கொண்டே நிறுவும் இன்றைய ஆய்வாளர்கள் உள்ளனர். “ஆங்கில சத்துருக்கள் நமது தேசத்தைப் பிடுங்கிக் கொண்டு, அழியாத சனாதன தர்மத்தைக் காலால் மிதித்துத் துவம்சம் செய்து வருகிறார்கள்” என்று துவங்குகிறது வாஞ்சிநாதன் தந்த அந்த வாக்குமூலம். பேராசிரியர் ஆ.சிவசுப்பிரமணியன் மூலமாக இந்த வாக்குமூலம் உண்மைதான் என்பதையும் நாம் அறிகிறோம். அந்த வரிசையில் “திருவள்ளுவர் யார்; கட்டுக்கதைகளைக் கட்டுடைக்கும் திருவள்ளுவர்” என்று எழுத்தாளர் திரு. கௌதம சன்னா அவர்களால் ஆராயப்பட்டு, தமிழ் மரபு அறக்கட்டளை - பன்னாட்டு அமைப்பு வெளியிட்ட நூலை மற்றொரு அண்மைய எடுத்துக்காட்டாக முன்வைக்க முடியும்.

இந்திய மண்ணின் உண்மை வரலாறு இன்றும் சரியாக வெளிவந்ததில்லை. தரவுகளுடன் முன்வைக்கப்படாமல் அவை புராணக் கதைகளின் மீது கட்டமைக்கப்படுகிறது. சமய நம்பிக்கை அடிப்படையில் புராணங்கள் அமைவதால் அதைக் கேள்வி கேட்கவும் மக்கள் ஊக்கப்படுத்தப்படாமல், எதிர்ப்பை முறியடிக்கும் நோக்கில், நம்பிக்கையைக் கேள்வி கேட்பது குற்றமாகக் கூறப்படுகிறது. ஆம், அறிவுத்தேடல் குற்றம் என்ற பொருள்தான் இதன் மூலம் கிடைக்கிறது. மக்களைக் கேள்வி எழுப்பாத ஒரு கூட்டமாக, அடக்கி ஆள்வதற்கு ஏதுவாக, சிந்திக்கத் திராணியற்றவர்களாக மாற்ற அவர்களின் கல்வி அறிவுக்குத் தடை போடப்பட்டிருந்தது. இதை இக்காலத்தில் நம்ப முடியாமல் இருக்கலாம், மறுப்பவரும் இருக்கலாம். ஆனால் தரவுகள் அன்றைய நிலை என்ன என்ற உண்மையைச் சொல்கின்றன.

பத்தொன்பது மற்றும் இருபதாம் நூற்றாண்டுகளின் துவக்கத்தில் அதாவது ஆங்கிலேயர் ஆட்சியில் இந்திய மண்ணில் வாழ்ந்த மக்களின் நிலை குறித்த புள்ளி விவரங்கள் சேகரிக்கப்பட்ட காலத்தில், குறைந்த அளவாக ஐந்து விழுக்காட்டுக்கும் கீழே கல்வியறிவு பெற்றவர் எண்ணிக்கை இந்தியாவிலிருந்ததைப் புள்ளிவிவரங்கள் சொல்கின்றன. பின் நாடு ஏன் அடிமை நாடாக மாறாது? ஆங்கிலேயரை எதிர்த்துக் கேள்வி கேட்கத்துவங்கியவர்கள் பலரும் ஆங்கிலேயர் ஆட்சிக் காலத்தில் இங்கிலாந்து சென்று கல்வி கற்றவர்கள்தான். இந்திய விடுதலை இயக்கத்தில் நாட்டு மக்களை வழிநடத்திய தலைவர் பெரும்பான்மையினரும் ஆங்கிலேயர் உருவாக்கிய கல்விக் கூடங்களில் பயிற்சி பெற்றவரே. அதாவது பொதுமக்கள் அனைவருக்கும் கல்வி தருவதற்கு ஏற்பாடு செய்த தங்களது நடவடிக்கையின் மூலம் ஆங்கிலேயர்கள் சொந்தக்காசில் தங்களுக்கே சூனியம் வைத்துக் கொண்டார்கள் என்றும் சொல்லலாம். கல்வி கொடுத்தால் என்ன நடக்கும் என்பதற்கு வேறு சான்று தேவையில்லை. அதனால் பெரும்பாலோருக்குக் கல்வி மறுக்கும் ஒரு திட்டம் ஏன் இந்தியாவில் நடைமுறையிலிருந்தது என்பதற்கான வேறு விளக்கமும் கொடுக்க வேண்டியத் தேவை இங்கு இல்லை. எனவே கல்லாதார் என்றொருவர் நம்மிடையே இல்லாமல் ஆக்க வேண்டும் என்பதுதான் நாட்டின் வளர்ச்சிக்கான முதன்மைக் கொள்கையாக இருக்க வேண்டும்.

“வரலாறு மிக முக்கியம் அமைச்சரே!!!” என்று திரைப்படத்தில் கூறும் ‘இம்சை அரசன் 23ம் புலிகேசி’ என்பவரைத் தெரிந்தவர்களுக்கு அந்தத் திரைக்கதையும் ஒரு புனைவு என்றே தெரியும். புனையப்பட்ட நோக்கம் நகைச்சுவை என்பதும் தெரியும். சொல்வதை எல்லாம் கேள்வி கேட்காமல் ஏற்றுக்கொண்டு தலையாட்டும் மங்குனி அமைச்சர் நாம் அல்லவே. இது நகைச்சுவைக்காக என்றாலும் வரலாறு என்பது வெற்றி பெற்றவர்களால் எழுதப்படுவது என்பதும் பலகாலமாக நாம் அறிந்த ஒன்றே. தோல்வி அடைந்தவரின் பக்கம் இருந்த நியாயம் வரலாற்றில் கூறப்பட்டதில்லை. அவர்கள் தீவிரவாதிகளாகவும் புரட்சிக்காரரர்களாகவுமே நமக்கு அறிமுகம் ஆவார்கள்.

“History is written by the victors” என்று வின்ஸ்டன் சர்ச்சில் கூறியதாக வரலாற்றுப் பதிவுகளைப் பற்றிய ஒரு மேற்கோள் உண்டு. சிலர் இவ்வாறு கூறியவர் நெப்போலியன் எனக் குறிப்பிடுவதும் உண்டு. இருப்பினும் இருபதாம் நூற்றாண்டு வின்ஸ்டன் சர்ச்சில் கூற்றாகவே பெரும்பான்மையும் இது அறியப்படுகிறது. ஆனால் உண்மையில் இதையும் கூட வின்ஸ்டன் சர்ச்சில்தான் சொன்னாரா? வரலாற்றில் அவர் கூறியதாகப் பதிவாகியுள்ளதுதான் உண்மை வரலாறா? என்று கேள்வி எழுப்பி

அதையும் ஆய்வுக்கு உட்படுத்துபவர் உள்ளனர். அவ்வாறு மீள்பார்வை செய்ததில் அந்தக் கருத்து அவருக்கும் முன்னரே மக்களிடம் புழக்கத்திலிருந்தது தெரிய வருகிறது.

பிரான்சில் 1842இல் இருந்தும் ([L]'histoire est juste peut-être, mais qu'on ne l'oublie pas, elle a été écrite par les vainqueurs); இத்தாலியில் 1852இல் இருந்தும் (La storia di questi avvenimenti fu scritta dai vincitori), அமெரிக்காவில் 1891இல் இருந்தும் (for history is written by the victors and framed according to the prejudices and bias existing on their side) என்று பலரால், பல நாடுகளில், பல மொழியினரால், பல காலங்களில் கூறப்பட்ட "வரலாறு என்பது வெற்றி பெற்றவர்களால் எழுதப்படுகிறது" என்றதொரு கருத்து இன்று சர்ச்சில் கூறியதாக அறியப்படுகிறது.

குமரிக்கண்டம் என்றொரு புனைவு, பிக்கோலிம் போர் என்றொரு புளுகு, சிந்துவெளியின் குதிரை முத்திரை என்றொரு மோசடி, சரஸ்வதி நதி என்றொரு புரட்டு என்று வரலாற்றில் பொய் என்ற பிரிவின் கீழ் நாம் அறியும் நான்கு செய்திகள் இந்த நூலில் தரவுகள் மற்றும் விளக்கங்கள் மூலம் உண்மை எது பொய் எது என்று தரம் பிரித்துக காட்ட உதவும் நான்கு கட்டுரைகளாகக் கொடுக்கப்பட்டுள்ளன. நம்பிக்கைக்குரிய அறிவியல் தரவுகளை அடிப்படையாகக் கொண்டு எழுதப்பட்டமையால், எழுதப்பட்ட இந்தக் காலகட்டத்தில், இவை நம்பிக்கைக்குரிய கட்டுரைகளே என்று அறுதியிட்டுக் கூறமுடியும். அந்த வகையில் இந்தியத்துணைக்கண்ட வரலாற்றுடன் தொடர்புகொண்ட இக்கட்டுரைகள் உண்மையை அறியும் வகையில் உதவ வேண்டும் என்பது எனது விருப்பம். இவற்றை நூல் வடிவில் தொகுக்க ஊக்கமளித்த தமிழ் மரபு அறக்கட்டளை - பன்னாட்டு அமைப்பின் தலைவர், தோழர் முனைவர் க. சுபாஷிணி அவர்களுக்கு எனது மனமார்ந்த நன்றிகள்.

உண்மை என்ன என்று அறிய வேண்டும் என்ற அறிவுரை பன்னெடுங்காலமாக நமக்கு மீண்டும் மீண்டும் கூறப்பட்டுள்ளது என்பதும் ஒரு வரலாறுதான். மெய்ப்பொருள் காண்பது அறிவு என்றார் இரண்டாயிரம் ஆண்டுகளுக்கு முன்னரே வள்ளுவர். சொல்வதை எல்லாம் ஆராயும் மனப்பான்மை நமக்கு வேண்டும், அதற்கு நம் முன் வைக்கப்படும் ஒவ்வொரு கருத்தாக்கத்தின் மீதும் கேள்விகள் மேல் கேள்விகளாகப் பல கேள்விகள் வைக்கப்பட வேண்டும். இளவயதில் நமக்கிருந்த எதையும் கேள்வி கேட்கும் மனப்பான்மையை, ஆர்வத்தை நாம் எந்த வயதிலும் நம்முடனே தக்க வைத்துக் கொள்ள வேண்டும்.

யார் சொல்வதையும் கேள்வி கேட்காமல் ஏற்று நம்ப வேண்டிய கட்டாயம் எவருக்குமில்லை. இக்கருத்தைப் புத்தரும் கூறியுள்ளார். தான் சொல்வதையும் கேள்வி கேட்கவேண்டும் என்றே தன்னைப் பின்பற்றுவோரிடம் சொல்லியுள்ளார் அந்த ஆசிய ஜோதி. பகுத்தறிவுப் பெரியாருக்கும் அது மிகவும் பிடித்த வரிகள்தாம். அவரும் அதையே மக்களிடம் கூறி அவர் சொன்னதை அப்படியே கேள்வி கேட்காமல் ஏற்றுக்கொள்ளக் கூடாது என்று அறிவுறுத்தி அவர் கூறுவது குறித்தும் கேள்வி எழுப்ப மக்களை ஊக்கப்படுத்தினார்.

ஆம், பகுத்தறிவு பிறந்ததெல்லாம் கேள்விகள் கேட்டதனாலே!

முனைவர் தேமொழி
கலிபோர்னியா, வட அமெரிக்கா
05.06.2021

உள்ளடக்கம்

பதிப்புரை	v
என்னுரை	ix
1. குமரிக்கண்டம் என்றொரு புனைவு	15
2. பிக்கோலிம் போர் என்றொரு புளுகு	37
3. சிந்துவெளியின் குதிரை முத்திரை என்றொரு மோசடி	61
4. சரஸ்வதி நதி என்றொரு புரட்டு	76

1. குமரிக்கண்டம் என்றொரு புனைவு

தமிழில் நமக்குக் கிடைக்கும் முதல் நூலான தொல்காப்பியத்தின் காலத்தில் தமிழகத்தின் எல்லைகளாக வடக்கே வேங்கடமும் தெற்கே குமரியும் கிழக்கிலும் மேற்கிலும் கடல்கள் எல்லைகளாக இருந்தன எனத் தெரிகிறது. இதனைத் தொல்காப்பியத்திற்குப் பாயிரம் தந்த பனம்பாரனார், "வடவேங்கடம் தென்குமரி ஆயிடைத் தமிழ்கூறு நல்லுலகம்" எனக் குறிப்பிட்டுத் தமிழ்கூறும் நல்லுலகம் வடக்கில் வேங்கடமலைக்கும் தெற்கில் குமரிமுனைக்கும் இடையில் பரந்துகிடந்ததை (தொல்காப்பியம், சிறப்புப்பாயிரம்:1-3) விளக்குவார்.

> "தென்குமரி வடபெருங்கடல்
> குணகுட கடலா எல்லை"

என்ற குறுங்கோழியூர் கிழார் (புறநானூறு:17:1-2), மாங்குடி மருதனார் (மதுரைக்காஞ்சி:70-71) சங்கப்பாடல்களிலும்;

> "நெடியோன் குன்றமும் தொடியோள் பௌவமும்
> தமிழ் வரம்பறுத்த தண்புனல் நல்நாட்டு"

என இவ்வாறே இளங்கோவடிகள் சிலப்பதிகாரம் வேனிற்காதையிலும் (வேனிற்காதை:1-2) குறிப்பிடுவதால் பண்டையத் தமிழகத்தின் எல்லையை நாம் அறிகிறோம்.

தென்குமரி:

இலக்கியங்களில் குறிப்பிடப்பட்ட தமிழகத்தின் தென் எல்லையான குமரிமுனையைக் கடல் கொண்டது என்பதை

> "வடிவேல் எறிந்த வான்பகை பொறாது
> பஃறுளி ஆற்றுடன் பன்மலை அடுக்கத்து
> குமரிக்கோடும் கொடுங்கடல் கொள்ள"
> (சிலப்பதிகாரம், காடுகாண் காதை:19-22)

என்று இளங்கோவடிகள் குறிப்பிடுவார்.

"மலிதிரை ஊர்ந்துதன் மண்கடல் வௌவலின்
மெலிவின்று மேற்சென்று மேவார் நாடு இடம்படப்
புலியொடு வில் நீக்கிப் புகழ்பொறித்த கிளர்கெண்டை
வலியினான் வணக்கிய வாடாச்சீர்த் தென்னவன்"
(கலித்தொகை,முல்லைக்கலி:104-1-4)

என்று சோழன் நல்லுருத்திரனார் குறிப்பிடுவார்.

கடல் கொண்ட குமரிமுனை என்பது வெறும் கற்பனையல்ல. ஆனால் கடல்கொண்ட அந்த குமரிக்கோடு எது? அது எங்கிருக்கிறது? என்பதில்தான் பிற்கால நூலாசிரியர்கள் விவரிப்பில் குமரிக்கண்டம், குமரிநாடு எனப் பல கற்பனைகள் விரிந்துவிட்டன.

சென்ற இருபதாம் நூற்றாண்டின் துவக்கத்தில் துவங்கிய இந்தக் கற்பனைக்கதைகள் இந்த நூற்றாண்டு நூல்கள் வரையிலும் கூட தொடர்ந்து வளர்ந்தே வருகின்றன. வரலாற்று ஆய்வாளர் நடன காசிநாதன் 2006ம் ஆண்டில் வெளியிட்ட "தமிழகச் சிற்பிகள் வரலாறு" என்ற நூலிலும் "குமரிக்கண்ட காலத்தில் சிற்பிகள்" என்ற ஒரு அத்தியாயம் இடம் பெற்றுள்ளது. கடல்கோளால் ஆட்கொள்ளப்பட்ட குமரிக்கண்டத்தில் பிறந்த மயன் என்னும் ஆதிச் சிற்பியே தொழிற் கருவிகள், மட்கலங்கள், ஓவியங்கள், கட்டிடங்கள் ஆகியவை பற்றிய ஆரம்ப நிலை தொழில்நுட்பக் கூறுகளைத் தமிழ் மக்களுக்கு அறிமுகப்படுத்தினார் என்றும் அந்தத் தொழில் நுட்பங்களை நூல்களாக எழுதிக் குமரிக்கண்டத்தில் செயல்பட்ட முதற்சங்கத்தில் அரங்கேற்றினார் என்றும் இந்த நூலின் முதற் பகுதி விளக்குகின்றது.

தமிழின் பழமையை உணர்த்த "கல் தோன்றி மண் தோன்றாக் காலத்தே வாளொடு முன்தோன்றி மூத்தகுடி" என்று புறப்பொருள் வெண்பா மாலை என்ற புற இலக்கண நூல் கூறுவதற்கும் தமிழிலக்கிய வரலாற்றிலேயே முதன் முதலில் மூன்று சங்கங்களின் தோற்றத்தைக் குறிப்பிடும் எட்டாம் நூற்றாண்டு இறையனார் அகப்பொருள் களவியலுரைக் கூற்றுகளுக்கும் பஃறுளியாறும் பன்மலையடுக்கத்துக் குமரிக்கோடும் கொடுங்கடல் கொள்ள என்ற சிலம்பின் வரிகளுக்குப் பொருள் தரும் நோக்கில் பஃறுளியாற்றிற்கும் குமரியாற்றிற்கும் இடையே இருந்த நாற்பத்தொன்பது நாடுகளைக் கடல் விழுங்கிவிட்டது என்று இளம்பூரணர் எழுதிய உரையைக் காட்டி அடியார்க்கு நல்லார் தரும் விளக்கம் ஆகியவற்றுக்கும் சற்றும் சளைக்காமல் அவற்றின் அடிதொட்டே மேன்மேலும் வளர்ந்து வரும் இக்காலத் தமிழிலக்கியக் குறிப்புகள் இவை என்பதில் சிறிதும் ஐயமில்லை.

குமரிக்கண்டம் – ஓர் இலக்கியப்பார்வை:

குமரி முனைக்குத் தெற்கே எவ்வளவு தூரம் நீண்டிருந்தது குமரிக்கண்டம்?

சென்னை கிறித்துவக் கல்லூரியில் தமிழ்ப் பேராசிரியராகப் பணியாற்றிய தமிழ் அறிஞர் பரிதிமாற்கலைஞர் தனது "தமிழ் மொழியின் வரலாறு" (1903) எனும் நூலில் குமரிநாடு இன்றைய குமரி முனைக்குத் தெற்கே சுமார் ஏழாயிரம் மைல் தொலைவில் உள்ள "கெர்கியூலன் தீவு" (Kerguelen Islands) வரை இருந்திருக்கலாம் என்று கருதினார். நூலின் ஐந்தாம் அத்தியாயத்தில், உரையாசிரியர் அடியார்க்கு நல்லார் கூறும் 49 நாடுகளையும் பட்டியலிட்டு அந்த நாடுகள் அடங்கிய பகுதியைக் "குமரி நாடு" என்று அழைத்தார். மேலும், "நீளத்தில் இக்காலத்திலுள்ள 'குமரிமுனை' யிலிருந்து கெர்கியூலன் தீவின் தெற்கு வரையிலும் அகலத்தில் மேற்கில் 'மடகாசிகர்தீவு' முதல், கிழக்கில் 'சுமாத்திரா', 'ஜாவா' முதலியவற்றையுள்ளடக்கிய 'சந்தாத் தீவுகள்' அளவும் விரிந்து கிடந்த குமரிநாடு" எனக் குறிப்பிடும் பரிதிமாற்கலைஞர் 'குமரிநாடு' எனப்படும் இந்தநாடு கடலால் கொள்ளப்பட்டது எனவும் கூறுகிறார்.

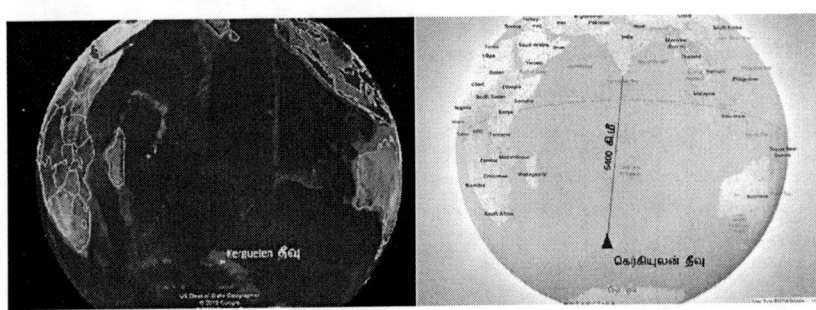

அவர் கருத்தை ஒட்டியே பூர்ணலிங்கம்பிள்ளை (தமிழ் இலக்கியம்-1904), அரசன் சண்முகனார் (1905), சோமசுந்தர பாரதியார் (தமிழகம்-1912), ஆப்ரகாம் பண்டிதர் (1917), இராகவ அய்யங்கார், ஸ்ரீநிவாசப்பிள்ளை (1927), ந.சி. கந்தையா பிள்ளை (தமிழகம்-1934), மறைமலை அடிகள் (1948), தேவநேயப்பாவாணர் (1956) ஆகியோர் அவரவர் கோணத்தில் இந்த தூரம் சில ஆயிரத்தில் தொடங்கிப் பல ஆயிரம் மைல்கள் வரை இருக்கலாம் என எண்ணுகிறார்கள். இங்குதான் ஆதிமனிதர் தோன்றியதாகவும் சிலர் குறிப்பிடுகிறார்கள். ஆப்பிரிக்காவில் மனித இனம் தோன்றிப் பரவியது என்ற கோட்பாட்டுக்கு மாறாக மறைந்துபோன குமரிக்கண்டத்தில் தோன்றிய மனித இனம் வடக்கு நோக்கிப் பரவியது என்றும் கருதியவர் உண்டு. தமிழறிஞர்களில்

உ.வே.சாமிநாத அய்யர் மட்டும் இரு கூற்றம் அளவிற்குச் சில கிராமங்கள் மூழ்கி இருக்கலாம் எனக் கருதியவர் என்பது இங்குக் குறிப்பிடத்தக்கது.

குமரிக்கண்டம் – ஒரு புவியியல் பார்வை:

குமரிக்கண்டம் என்ற ஒரு கருதுகோள் எப்பொழுது உருவாக்கப்பட்டது?:

குமரிக்கண்டம் என்ற கருதுகோளின் தோற்றம் குறித்துப் புவியியலாளரும் தமிழிலியலக்கிய ஆர்வலருமான சிங்கநெஞ்சம் சம்பந்தம் அவர்கள் தரும் விளக்கம் கீழே தரப்படுகிறது. சிலப்பதிகாரம் கூறும் தமிழக எல்லை மற்றும் கடல்கோள் குறித்த பாடல் வரிகளுக்கு உரையாசிரியர் அடியார்க்கு நல்லார் (கி.பி. 12-ஆம் நூற்றாண்டினர்) அளித்த விளக்கமும் பத்தொன்பதாம் நூற்றாண்டின் இடைப்பகுதியில் சிறிது காலம் பெரிதும் பேசப்பட்ட "லெமூரியா" கருதுகோளும்தான் இந்தக் குமரிக்கண்டக் கருதுகோளுக்கு அடித்தளம் இட்டன என்றும் மேலும் அவர் "குமரிக்கண்டம், குமரிநாடு, குமரிப்பரப்பு, குமரி நிலம், குமரி மலை, குமரித்தொடர், குமரி ஆறு போன்ற தொடர்களில் ஒன்றுகூடத் தமிழின் தொன்மையான இலக்கியங்கள் என்று கருதப்படும் தொல்காப்பியத்திலோ அன்றி சங்கப்பாடல்களிலோ காணப்படவில்லை என்பதுதான் உண்மை" என்று உறுதியாகவும் தனது கருத்தை முன்வைப்பார்.

எனவே, சங்க இலக்கியம், சிலப்பதிகாரம் போன்ற இலக்கியங்களில் இடம்பெறும் குமரிப்பகுதியில் கடல்கோள் குறித்தும் நிலம் பாதிப்பிற்குள்ளானது குறித்த குறிப்புகளுக்கு, 12 - 13 நூற்றாண்டுகளில் உரையாசிரியர்கள் கொடுத்த குறிப்புகளையும்; 19 ஆம் நூற்றாண்டில் உருவான அறிவியல் கோட்பாட்டையும் இணைத்துக் குமரிக்கண்டம் உருவாக்கப்பட்டுள்ளது. லெமூரியா என்ற ஒரு கருதுகோள் அறிவியல் உலகில் முன்வைக்கப்பட்ட பின்னரே அந்த லெமூரியாதான் இலக்கியம் சொல்லும் கடல் கொண்ட குமரி என்று முடிவுகட்டப்பட்டு அது குமரி நாடு, குமரிக்கண்டம் என்றெல்லாம் தமிழ் இலக்கியவாதிகளால் விரித்துரைக்கப்பட்டது என்பதால் குமரிக்கண்டம் என்ற ஒரு கருதுகோளின் வரலாறு ஒரு நூற்றாண்டுப் பழமை கொண்டது மட்டுமே.

லெமூரியா கண்டம் கி.மு. 30,000 முன்

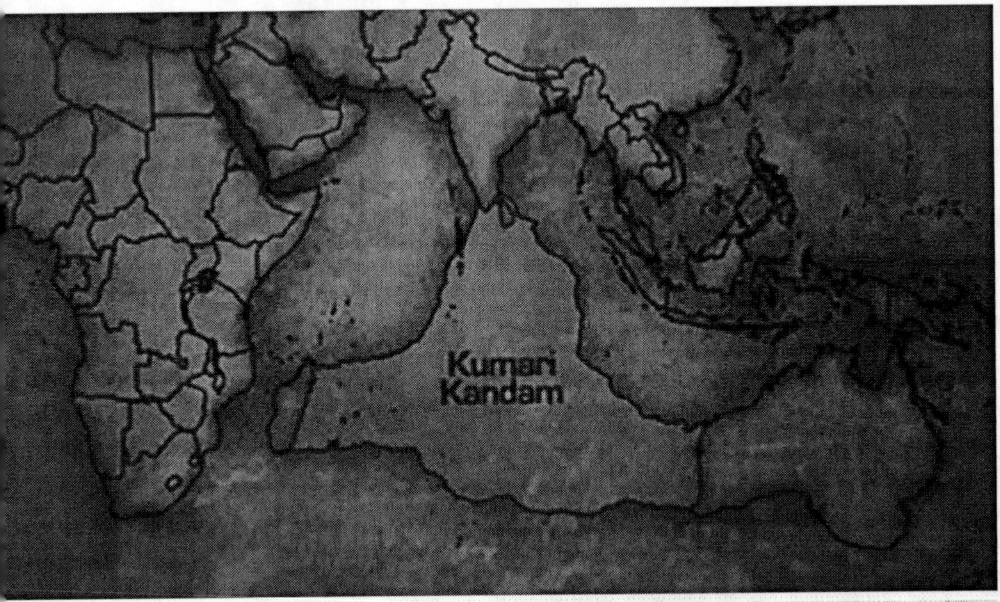

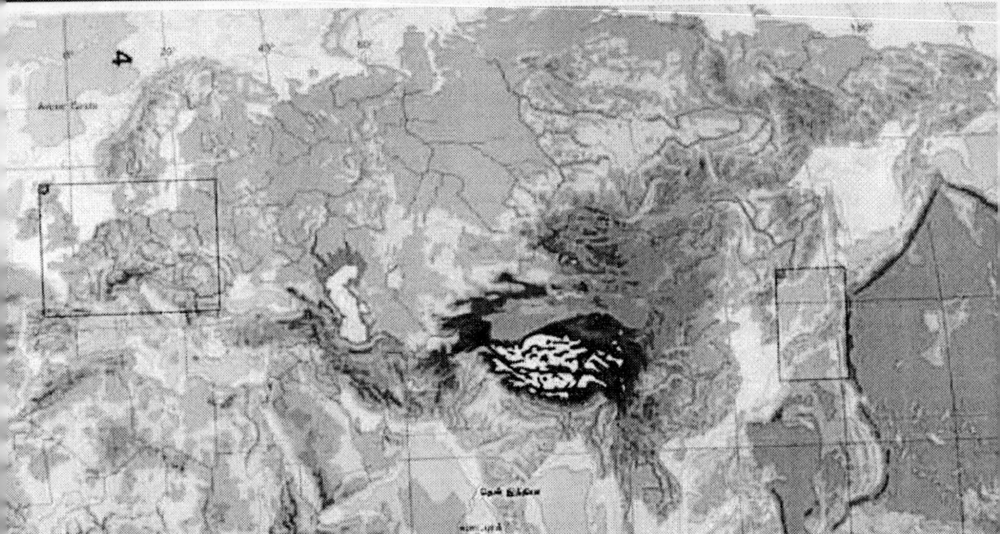

லெமூரியா என்ற கருதுகோள் தோன்றியது எவ்வாறு?

ஒன்றின் தேவையால் அதுகுறித்துத் துவங்கும் தேடல் மற்றும் ஆய்வு, மற்றொரு கண்டுபிடிப்புக்கு வழிவகுத்துவிடும் என்பதற்கு வரலாற்றில் பல சான்றுகளைக் கொடுக்கலாம். அவற்றில் நீராவி மூலம் இயங்கும் இயந்திரமும் ஒன்று. தொழிற்புரட்சிக் காலங்களில் அறிவியல் வளர்ச்சியும் கண்டுபிடிப்புகளின் தோற்றமும் வேகம் பிடித்தன. நீராவி இயந்திரம் உருவாக்கப்பட்டு அதனைப் பயன்படுத்தித் தொழிற்சாலை இயந்திரங்கள், போக்குவரத்திற்கான தொடர்வண்டி, நீராவிக்கப்பல் போன்றவை உருவாயின. அத்துடன் அவற்றை இயக்க எரிபொருளான நிலக்கரியின் தேவையும் ஏற்படவே மண்ணின்மீது மக்களுக்கு அக்கறை ஏற்பட்டது. நிலக்கரிக்காக மண்ணை வெட்டி நிலக்கரி தேடப்பட்டது, சுரங்கங்கள் தோண்டப்பட்டன. உலகம் முழுவதும் புவியியலாளர்கள் இதில் ஈடுபட்டனர்.

இந்தியாவிலும் 1850களில் இரயில் வண்டி கிழக்கிந்தியக் கம்பெனியர் ஆட்சிக்காலத்தில் அறிமுகப்படுத்தப்பட்டது. அப்பொழுது இந்தியாவில் 1851ஆம் ஆண்டு "ஜியலாஜிக்கல் சர்வே ஆப் இந்தியா" (Geological Survey of India/GSI) என்ற ஒரு ஆய்வு அமைப்பும் இந்தியப்பகுதியில் நிலக்கரிப் படிவங்களைக் கண்டறியும் நோக்கில் துவக்கப்பட்டது. புதியதாகத் துவக்கப்பட்ட ஜி.எஸ்.ஐ. நிறுவனத்தின் ஆய்வுப் பணியில் ஈடுபட்டவர்களில் புவியியலாளர்கள் "ஜோசப் ஜி. மெட்லிகாட்" (Joseph G. Medlicott) மற்றும் அவரது தம்பி "ஹென்றி பெனடிக்ட் மெட்லிகாட்" (Henry Benedict Medlicott) ஆகியோர் குறிப்பிடத்தக்கவர்கள்.

இந்தியாவின் "கோண்ட்" என்ற பழங்குடியினர் தனித்தனியே பல குழுக்களாகவும் மிகப் பரவலாகவும் வசிக்கும் (வங்கத்தின் மேற்குப் பகுதி, ஜார்கண்ட், சத்தீஸ்கரின் பிலாஸ்பூர் மாவட்டம், ஒடிஸாவின் டால்சிர் பகுதி, விதர்பாவின் கிழக்குப்பகுதி மற்றும் தெலுங்கானாவின் வடக்கு) பகுதிகளில் நிலக்கரிப்படிவங்களைக் கொண்ட படிவப்பாறைகள் இருந்தமை கண்டறியப்பட்டது. இந்தியாவின் மத்தியப்பகுதியான இந்த வனப்பகுதி "கோண்ட்வானா" என அடையாளம் காணப்பட்டது. இந்தக் கோண்ட்வானா பகுதிப்பாறைகளில் நிலக்கரிப்படிவங்கள் இருப்பதைக் கண்டறிந்து 1860 இல் அறிவித்தவர் ஜோசப் ஜி. மெட்லிகாட். அவரையடுத்து ஹென்றி பெனடிக்ட் மெட்லிகாட் 1872 ஆம் ஆண்டில் இப்பாறைகளுக்குக் "கோண்ட்வானா பாறைகள்" எனவும் பெயரிட்டார். (இரயில் வண்டிக்கான இரயில் தடம் அமைக்கப்பட்ட பொழுது சிந்துசமவெளிப் பகுதியிலிருந்த பண்டைய நாகரிகம் கண்டுபிடிக்கப்பட்டு அதுவும் வெளிச்சத்திற்கு

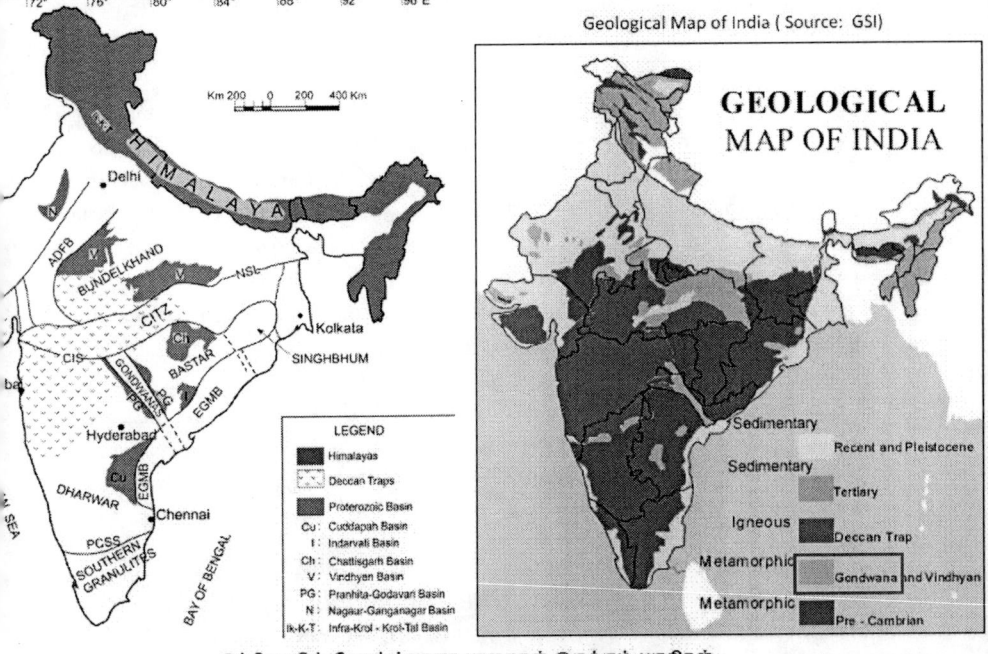

Geological Map of India (Source: GSI)

இந்தியாவில் கோண்ட்வானா பாறைகள் இருக்கும் பகுதிகள்

வந்த மற்றொரு கண்டுபிடிப்பு என்பதையும் நாம் அறிவோம்). இன்றிலிருந்து சுமார் முப்பது கோடி ஆண்டுகளுக்கும் - பதினான்கு கோடி ஆண்டுகளுக்கும் இடைப்பட்ட காலத்தில் "கோண்ட்வானா பாறைகள்" உருவானதவை என்று அறிவியலாளர்களால் கணிக்கப்பட்டு அது உருவான காலம் "கோண்ட்வானா காலம்" என்றும் பெயரிடப்பட்டுள்ளது. இதில் கவனத்தில் கொள்ள வேண்டிய செய்தி என்னவென்றால் பலகோடிக்கணக்கான ஆண்டுகளுக்கு முன்னர் கோண்ட்வானா இருந்தது என்ற அறிவியல் கருத்தேயாகும்.

புவியியலாளர்கள் இவ்வாறு படிவப்பாறைகளை அவற்றில் உள்ள நிலக்கரிப் படிவங்களுக்காகத் தோண்டுகையில் பல தொல்லுயிர் எச்சங்களையும் கண்டறிந்தனர். இந்தியாவில் கிடைத்தத் தொல்லுயிர் எச்சங்களும் மடகாஸ்கர் தீவில் கிடைத்த தொல்லுயிர் எச்சங்களும் ஒன்றையொன்று பெரிதும் ஒத்திருந்தன. மடகாஸ்கரில் அதிகமாகக் காணப்படும் ஒருவகையான மரநாய் வகை விலங்கு லெமூர் (Lemur). இந்த விலங்கின் தொல்லுயிர் எச்சங்கள், மடகாஸ்கர், தென் ஆப்ரிக்கா, இந்தியா ஆகிய நாடுகளில் புவியியல் ஆய்வாளர்களால் கண்டுபிடிக்கப்பட்டன. இன்றும் பாலூட்டி இனமான லெமூர் மர நாய்கள் இந்தியாவிலும் ஆப்பிரிக்காவிலும் அதிக அளவில் மடகாஸ்கரிலும் வாழ்கின்றன.

அக்காலத்தில், பத்தொன்பதாம் நூற்றாண்டின் பிற்பகுதியில் உலகம் முழுவதுமே இவ்வாறாகத் தொல்லுயிர் எச்சங்கள் படிவப்பாறைகளின் படிவங்களில் கண்டறியப்பட்டன. தென்

அமெரிக்கா, ஆப்ரிக்கா, ஆஸ்திரேலியா, இந்தியா போன்ற நிலப்பரப்புகள் பெரிய கடல்களால் பிரிக்கப்பட்டு ஒன்றுக்கொன்று தொடர்பற்ற நிலையில் இருக்கையில் உயிரினங்களின் படிவங்கள் மட்டும் இந்த நிலப்பகுதிகளில் ஒத்திருப்பதற்கான காரணம் தேடப்பட்டது. இதே காலகட்டத்தில் "சார்லஸ் டார்வின்" தனது "இனங்களின் தோற்றம்" (Origin of Species -1859) குறித்த கோட்பாட்டையும் வெளியிட்டார். அறிவியல் உலகில் டார்வினின் தாக்கம் அதிகம் இருந்தது. அவரது கோட்பாட்டின் அடிப்படையில் சிந்திக்கத் துவங்கிய அறிவியலாளர்கள் இந்தியாவிற்கும் மடகாஸ்கருக்கும் இடையில் நான்காயிரம் கிலோமீட்டர்களுக்கு மேல் இடைவெளி இருக்கிறதே, எனவே இந்த விலங்குகள் பரவ "நிலப்பாலம்" போல ஏதேனும் இருந்திருக்கக்கூடும் என்ற முடிவுக்கு வந்தனர்.

ஆங்கிலேயரான "பிலிப் லட்லி ஸ்க்லேட்டர்" (Philip Lutley Sclater - 1864; "The Mammals of Madagascar") என்ற உயிரியல் ஆய்வாளர் தொடர்பற்ற நிலப்பகுதிகளில் உயிரினங்களின் பரவலுக்குக் காரணம் அப்பகுதிகள் யாவும் முதலில் நிலப்பாலங்கள் மூலம் இணைக்கப்பட்டிருந்திருக்க வேண்டும்; பிற்காலத்தில் கடல் நீர் மட்டம் உயர்ந்ததால் அவை மூழ்கிக் கண்டங்கள் துண்டிக்கப்பட்டிருக்கின்றன என்ற புவியியல் கோட்பாட்டை முன்வைத்தார். இந்நாட்களில் நாம் காணும் குமரிக்கண்டமாகக் காட்டப்படும் வரைபடங்களில் மடகாஸ்கர், குமரி முனை, ஆஸ்திரேலியா பகுதிகளை இணைக்கும், கடலில் மூழ்கியதாகக் கூறப்படும் முக்கோண நிலப்பரப்பு என்ற கருத்தின் உரிமையாளர் இந்த பிலிப் லட்லி ஸ்க்லேட்டர். லெமூரியா என்ற கருத்தைத் தோற்றுவித்தவர் இவரே. இவரது இந்த ஆய்வுக்கட்டுரை "குவாட்டர்லி ஜர்னல் ஆஃப் சயின்ஸ்" (Quarterly Journal of Science) என்ற அறிவியல் இதழிலும் வெளியானது என்பது இங்குக் குறிப்பிடத்தக்கது. மடகாஸ்கரில் வாழ்ந்த லெமூர் விலங்குகள் ஆப்ரிக்கா, இந்தியப்பகுதிகளுக்கு இந்த முக்கோணப் பெருநிலப்பரப்பின் மூலம் பரவின என்பது இவர் முடிவு.

பிலிப் லட்லி ஸ்க்லேட்டர் கருத்தை ஒட்டிப் பெரும்பாலான அக்கால அறிவியலாளர்கள் நிலப்பாலம் கருத்தையே ஏற்றுக் கொண்டனர். உயிரினங்களின் பரவலுக்கான ஆய்வுகளில் நிலப்பாலம் கருத்தையே முன்வைத்தனர். இவர்களில் மிகவும் குறிப்பிடத்தக்கவர் ஜெர்மனியைச் சேர்ந்த "எர்னெஸ்ட் ஹெயின்ரிச் ஹேக்கல்" (Ernst Heinrich Philipp August Haeckel) எனும் புவியியலாளர். இவர் ஒருபடி மேலே சென்று, 1870 ஆம் ஆண்டில் அவர் எழுதிய கட்டுரையில் இந்தியாவிற்குத் தெற்கில் கடலில் மூழ்கிப்போன லெமூரியா நிலப்பரப்பில்தான் மனித இனம்

பிலிப் லட்லி ஸ்க்லேட்டர்

எர்னெஸ்ட் ஹெயின்ரிச் ஹேக்கல்

விக்கிப்பீடியா

Library of Congress Catalog: http://lccn.loc.gov/2014649358 Library of Congress-Circa 1876

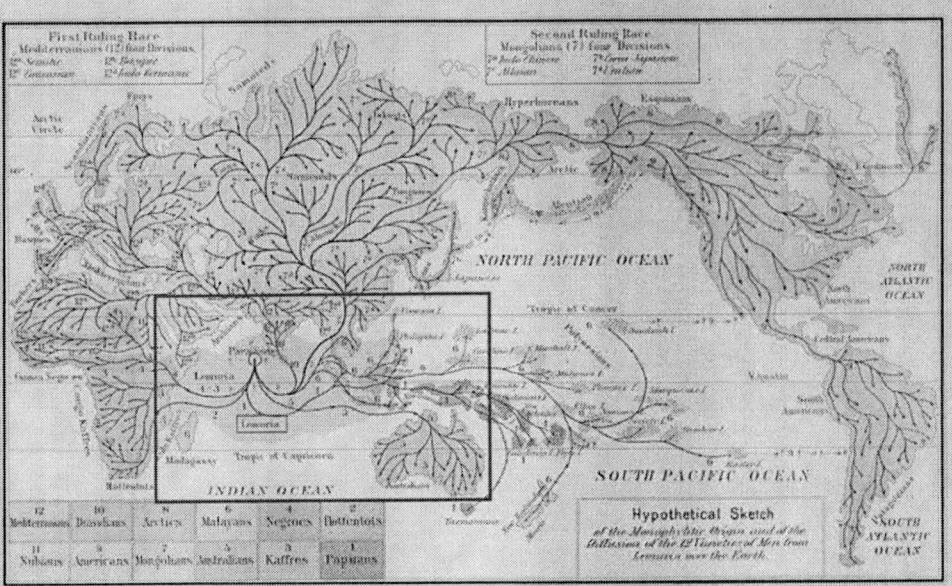

1893. IDEAL LANDSCAPE OF LEMURIA.—Drawn by Riou.

தோன்றியது, உயிரினங்களைத் தோற்றுவித்த தொட்டில் அப்பகுதி என்று கூறினார்.

"The probable primeval home or 'Paradise' is here assumed to be Lemuria, a tropical continent at present lying below the level of the Indian Ocean, the former existence of which in the tertiary period seems very probable from numerous facts in animal and vegetable geography" என்பது அவர் கூற்று. அக்கால அறிவியலாளர்களில் லெமூர் மரநாய்களிலிருந்தே மனித இனம் தோன்றியது என்று கருதியோர் சிலரும் இருந்தனர் என்பது இக்காலத்தில் நமக்கு வியப்பளிக்கும்.

ஆகவே கோண்ட்வானா பாறைகள் தொடர்பற்ற ஆசியா, ஆப்ரிக்கா, தென் அமெரிக்கா, ஆஸ்திரேலியா (Asia, Africa, South America, Australia) போன்ற நிலப்பகுதிகளில் இருக்கும் காரணத்தை லெமூரியா கோட்பாடு விளக்கவில்லை. மாறாக ஒத்த உயிரினங்கள் உலகின் தொடர்பற்ற பல்வேறு நிலப்பகுதியிலும் பரவியிருக்க இன்று கடலடியில் மூழ்கிப்போயிருக்கக்கூடிய ஒரு நிலப்பாலம்தான் காரணம் என்றது. இவையாவும் நீராவி எந்திரங்களுக்கு நிலக்கரி எடுப்பதற்காகப் பூமியைத் தோண்டியதால் உருவான அறிவியல் கருத்து வளர்ச்சிகள். கண்டங்கள் நிலையானவை என்று நிலவியிருந்த கருத்துதான் அக்காலத்தில் நிலப்பாலம் என்ற கோட்பாடு உருவாகக் காரணம். அறிவியல் வளர்ச்சி துளிர்விடத் துவங்கிய ஆரம்பக்காலம் அது. பின்னர் கண்டப்பெயர்ச்சி, கடல் தரை பரவுதல், கண்டத்தட்டுகள் நகர்தல் ஆகிய அறிவியல் குறித்து இருபதாம் நூற்றாண்டில் புரிந்து கொள்ளப்படும் வரை லெமூரியா கோட்பாடு அறிவியல் உலகில் ஆதிக்கம் செலுத்தியது.

ஆனால், இந்த இடைப்பட்ட காலத்தில் இந்த அறிவியல் கருத்துகள் சுட்டியவற்றைக் கவனித்த சென்ற நூற்றாண்டின் தமிழறிஞர்கள் வியப்பின் எல்லைக்கே சென்றார்கள் என உறுதியாகச் சொல்லலாம். பிலிப் லட்லி ஸ்க்லேட்டர் (1864) சொன்ன கடலில் மூழ்கிய லெமூரியாவும் அவரைத் தொடர்ந்து மனித இனத்தின் தோற்றமே இந்தியாவின் தென்கடல் பகுதிதான் என்று எர்னெஸ்ட் ஹெயின்ரிச் ஹேக்கல்(1870) கூறியதும் அவர்கள் தமிழிலக்கியத்தில் படித்த 'பஃறுளி ஆற்றுடன் பன்மலை அடுக்கத்துக் குமரிக்கோடும் கொடுங்கடல் கொள்ள' என்ற செய்தியும்; 'கல் தோன்றி மண் தோன்றாக் காலத்தே வாளொடு முன்தோன்றி மூத்தகுடி' என்ற செய்தியும் அடுக்கடுக்காக நினைவு வரவே தமிழிலக்கியம் கூறியவற்றிற்குத் தக்க அறிவியல் சான்றுகள் கிடைத்துவிட்டதாகவே சென்ற நூற்றாண்டுத் தமிழறிஞர்கள் மகிழ்ந்தார்கள் என்பது தெரிகிறது. இதனால்

புரிவது, தமிழிலக்கியவாதிகள் பண்டைய இலக்கியம் குறிப்பிட்ட கடல்கொண்ட தென் தமிழக நிலத்திற்குப் புவியியல் மற்றும் அறிவியல் அடிப்படையில் சான்றுகள் கிடைத்துவிட்டது என்றே உண்மையில் நம்பியிருக்கிறார்கள். அவர்களை அதற்காக நாம் குறை காண வழியில்லை.

கோண்ட்வானா என்ற கருதுகோள் தோன்றியது எவ்வாறு?

"லெமூரியா" கோட்பாட்டிற்குப் பிறகு, 1912 இல் கூறப்பட்ட "கண்டப் பெயர்ச்சி" (continental drift) மற்றும் 1960களில் நிறுவப்பட்ட "கடல் தரை பரவுதல்" (Seafloor spreading, movement of earth's tectonic plates) ஆகிய புவியியல் கோட்பாடுகள், சுமார் ஒரு பில்லியன் (அளவை: 1 பில்லியன் = 1000 மில்லியன் = 100 கோடி = 10000 இலட்சம்) அதாவது, 100 கோடி ஆண்டுகளுக்கு முன்னர் அனைத்து நிலப்பரப்புகளும் ஒரே கண்டமாக இருந்திருக்க வேண்டும், பின்னர் கண்டத்தட்டுகள் பிரிந்து நகர்ந்து இன்றைய நிலையை எட்டியுள்ளன என்று இன்று அறிவியலாளர்களால் ஏற்றுக்கொள்ளப்படும் புவியியல் கருத்துக்களை வலியுறுத்தின. இக்கோட்பாடுகள் கோண்ட்வானா பாறைகள் தொடர்பற்ற நிலப்பகுதிகளில் இருக்கும் நிலைக்குச் சரியான விளக்கத்தைத் தந்தன.

இந்தியாவில் கோண்டு மக்கள் வாழ்ந்த பகுதிகளில் கண்டுபிடிக்கப்பட்ட பாறைப் படிவங்களுக்குக் கோண்ட்வானா பாறைகள் எனப் பெயர் கொடுக்கப்பட்டு பிறகு அதேவகைப் பாறைகள் உலகில் எங்கெங்கு இருந்தாலும் அவையும் அறிவியல் உலகம் கடைப்பிடிக்கும் பெயர் சூட்டும் வழமையின் அடிப்படையில் கோண்ட்வானா பாறைகள் என்றே பெயரும் சூட்டப்பட்டன. அதன் தொடர்ச்சியாக பிரிவதற்கு முன்பு கோண்ட்வானா பாறைகள் தொடர்ச்சியாக அமைந்திருந்த புவியின் தென்கண்டப்பகுதிகள் யாவும் ஒன்றாக இருந்த பெருநிலக் கண்டப்பகுதி "கோண்ட்வானாலேண்ட்" (Gondwanaland) என்று பெயரிடப்பட்டது. ஆஸ்திரியாவைச் சேர்ந்த எட்வர்ட் சூயெஸ் (Eduard Suess) என்ற அறிவியலாளர் 1861 ஆண்டில் பிரியாத நிலையிலிருந்த பழமையான தென்கண்டத்திற்கு இந்தப் பெயரைச் சூட்டினார்.

தென்பகுதி-பெருங்கண்டப் பகுதியான "கோண்ட்வானாலேண்ட்", அதே போன்று வடபகுதியிலிருந்த மற்றொரு வடபகுதி-பெருங்கண்டப் பகுதியான "லவ்ரேஷியா"(Laurasia) பகுதியுடன் சுமார் 30 கோடி ஆண்டுகளுக்கு முன் இணைந்திருந்த நில அமைப்பு "பேன்ஜியா" (Pangaea) என்னும் பேரகண்டம் (Supercontinent) எனக்

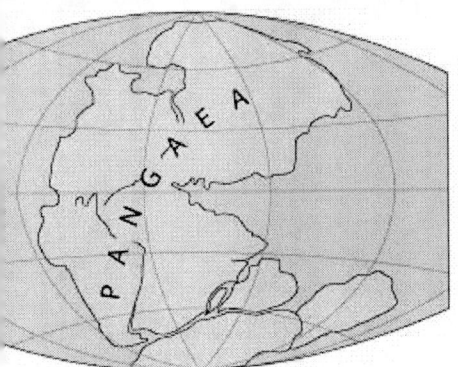

"பேன்ஜியா" பேரகண்டம்
புவியின் "பெர்மியன்" காலத்தில்
(25 கோடி ஆண்டுகளுக்கு முன்னர்)

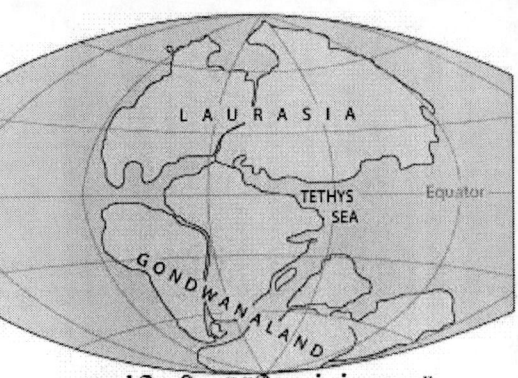

"லவ்ரேஷியா" "கோண்ட்வானா"
புவியின் "ட்ரையாசிக்" காலத்தில்
(20 கோடி ஆண்டுகளுக்கு முன்னர்)

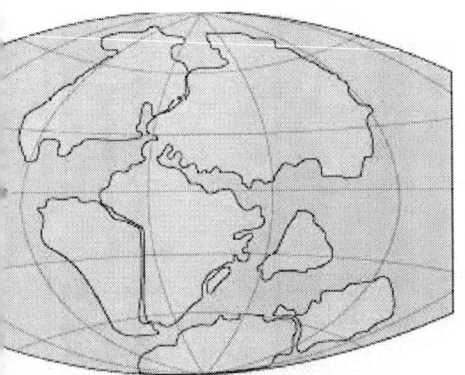

ண்டங்களாகப் பிரியத் துவங்கும்
வியின் "ஜுராசிக்" காலத்தில்
½ கோடி ஆண்டுகளுக்கு முன்னர்)

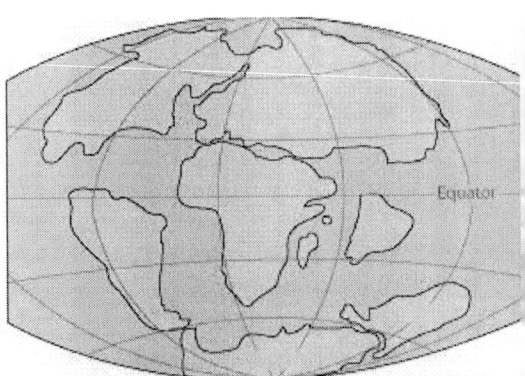

கண்டங்களாக விலகிக் கொண்டிருக்கும்
புவியின் "கிரட்டேசியஸ்" காலத்தில்
(6½ கோடி ஆண்டுகளுக்கு முன்னர்)

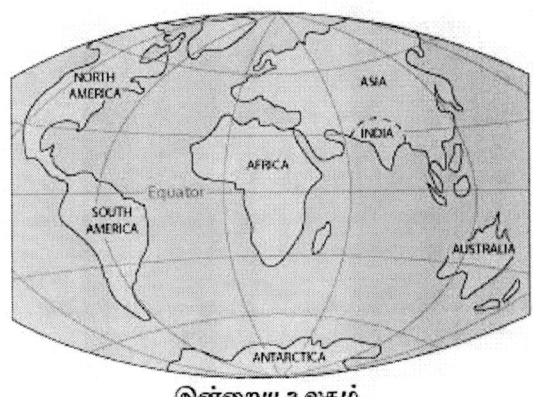

இன்றைய உலகம்

குறிப்பிடப்பட்டது. பேன்ஜியா என்ற பேரகண்டக் கோட்பாட்டை 1912 ஆம் ஆண்டில் முன்வைத்தவர் "ஆல்ஃபிரட் வெஜனர்" (Alfred Wegener). பின்னர் சுமார் 20 கோடி ஆண்டுகளுக்கு முன்னர் ஒருங்கிணைந்திருந்த இந்த பேன்ஜியா பிரியத் துவங்கி துண்டு துண்டாக வெவ்வேறு திசைகளில் நகர்ந்து இன்றைய கண்டங்கள் கொண்ட புவி அமைப்பைப் பெற்றது என்பது புவி அறிவியலாளர்கள் ஏற்றுக் கொண்ட ஒரு கருத்து. "புவித்தட்டுகளின் கட்டமைப்பு" (earth's tectonic plates) நகரும் நிலைப்பாடு தொடர்ந்து நிகழும் கண்டப் பெயர்ச்சிக்கும் தொல்லுயிர் பரவல், புவியமைப்பு போன்ற பலவகைக் கேள்விகளுக்குச் சரியான விடையளிக்கும் கோட்பாடாக அமைந்தது.

பொய்யாய், பழங்கதையாய், கனவாய்ப் போன குமரிக்கண்டம்:

அண்மைக் காலத்தில் 'குமரிக்கண்டம்' எனும் சொல்லைத் தொடர்ந்து அடைப்புக் குறிக்குள் 'கோண்ட்வானா' என்றும் குறிக்கப்படுகிறது. குமரிக்கண்டம் - லெமூரியா – கோண்ட்வானா ஆகிய இம்மூன்றும் ஒன்றுதான் என்பது தவறான புரிதல். "கோண்ட்வானா லேண்ட்" என்பதும் "குமரிக்கண்டம்" என்பதும் ஒன்றல்ல. "லெமூரியா" என்ற கோட்பாட்டுக்கு அறிவியல் அடிப்படை இல்லை என்று அது கைவிடப்பட்ட பின்னர் கோண்ட்வானா என்ற கோட்பாட்டைக் குமரிக்கண்டம் என்பதுடன் இணைக்கும் முயற்சி தமிழ் ஆர்வலர்களிடம் உருவாகியுள்ளது. குமரிக்கண்டம் – லெமூரியா – கோண்ட்வானா ஆகியஇம்மூன்றில்கோண்ட்வானாஎன்பதுமட்டுமேஅறிவியல்படி சரி. குமரிக்கண்டம், லெமூரியா ஆகிய மற்ற இரண்டுக்கும் அறிவியல் சான்று கிடையாது. குமரிக்கண்டம் என்று ஒன்று இருந்ததென்றும் அந்தக் குமரிக்கண்டம் கடல்கோளால் அழிந்தது என்று இன்றும் நம்புபவர்கள்; லெமூரியா என்ற கோட்பாடு முன்வைக்கப்பட்ட பொழுது தமிழிலக்கியக் குறிப்புகளுக்கு அறிவியல் சான்றுகள் உள்ளதாக நம்பியவர்கள்; பிறகு அறிவியல் உலகம் லெமூரியா கோட்பாட்டை ஏற்காமல் கைகழுவி நகர்ந்தபொழுது தாங்கள் நம்பிய குமரிக்கண்டத்தைக் கைவிட மனமின்றிக் கோண்ட்வானாக் கோட்பாட்டுடன் கொண்டு போய் இணைத்துவிட்டார்கள். அவ்வாறு இணைப்பதால் அறிவியல் அடிப்படையில் சான்று கிடைக்காது என்பதுதான் உண்மை.

ஏன் சான்று கிடைக்காது? அதனையும் நாம் தெளிவாகத் தெரிந்து கொள்ள வேண்டும். குமரிப் பகுதி, கடல்கோளால் அழிந்திருக்கலாம், ஆழிப்பேரலையின் சீற்றத்தை இந்த நூற்றாண்டிலேயே நாம் பார்த்துள்ளோம். பூம்புகாரும் அவ்வாறு

கடல்கோளால் கொள்ளப்பட்டதையும் மணிமேகலை கூறுகிறது. இவையெல்லாம் மனிதர்கள் தாங்கள் பார்த்ததை, வாய்மொழியாகத் தலைமுறை தலைமுறையாகக் கடத்தப்பட்ட செய்தியை அறிந்தோ, அல்லது எழுத்து தோன்றிய பின்னர் பதிந்தோ வைத்தவை. ஆனால் கோண்ட்வானா லேண்ட் உருவான காலம் என்று கணிக்கப்படும் காலமோ பற்பல கோடி ஆண்டுகளுக்கு முன்னர். மனித இனம் மண்ணில் தோன்றியதோ வெறும் அரைக்கோடி ஆண்டுகளுக்கு முன்னர்தான், அல்லது 60 லட்சம் ஆண்டுகளுக்கு முன்னர்தான். பிறகுதான் நாகரிகம் அடைந்து கருத்துக்களைப் பதிவு செய்யும் வரலாற்றுக் காலம் எல்லாம் வெகு பிற்பாடே உருவாகிறது. ஆகவே மண்ணில் தோன்றியே இருக்காத ஒரு மனித இனம் பலகோடி ஆண்டுகளுக்கு முன்னர் நிகழ்ந்த புவியியல் மாற்றங்களைப் பார்த்திருக்கவே வழியில்லை என்பதுதான் உண்மை. இதே விளக்கம், எட்டு கோடி ஆண்டுகளுக்கு முன்னர் இந்தியப் பெருங்கடலில், மொரிசியஸ் மற்றும் மடகாஸ்கர் தீவுக்கூட்டங்களுக்கு அருகில் மூழ்கிப்போன ஒரு குறுங்கண்டமாக 2013 இல் கண்டுபிடிக்கப்பட்ட மொரீசியா (Mauritia) என்பதற்கும் பொருந்தும். இதுவும் மனித இனம் தோன்றுவதற்கும் பல கோடி ஆண்டுகளுக்கும் முன்னர் இருந்த புவியமைப்பு என்பதை நினைவில் கொள்ள வேண்டும். இந்த நிலத்தைக் கடல் கொண்டதைப் பார்க்க மனிதர்களே பிறந்திருக்கவில்லை.

குமரிக்கண்டமா? அது எங்கே இருக்கிறது?

புவியின் 60% பரப்பளவு கடலால் சூழப்பட்டுள்ளது. கடலின் கீழ் உள்ள தரைப்பகுதியின் அமைப்பு, அதன் ஆழம் ஆகிய புவியியல் தரவுகள் இன்று இணைய வெளியிலேயே எளிதாக் கிடைக்குமாறு பல புகழ் பெற்ற ஆய்வு நிறுவனங்களும் வெளியிட்டுள்ளன. இப்புவியியல் தரவுகள் என்ன சொல்கின்றன? கண்டத்திட்டு (Continental shelf) என்னும் பகுதி கண்டங்களின் விளிம்பாக நிலத்தையொட்டிக் கொஞ்சம் கொஞ்சமாக அளவில் சரிந்து ஆழம் அதிகரித்துக் கொண்டே செல்லும் பகுதி. பொதுவாகக் கடல் மட்டத்திலிருந்து ஆழம் குறைந்த பகுதி இது என்பதால் இங்குதான் மீன்பிடிப்பு, கனிமச் சேகரிப்பு மற்றும் எண்ணைக் கிணறுகள் இருக்கும். இந்தக் கண்டத் திட்டு இருக்கும் எல்லை முடிந்தவுடன் கடலின் ஆழம் வெகுவிரைவில் அதிகமாகி விடும், அதன் பிறகு ஆழ்கடல் பகுதியாக இருக்கும். ஆர்க்டிக் மற்றும் அண்டார்டிக் பகுதி தவிர உலகின் அனைத்துக் கண்டங்களின் கண்டத் திட்டுப் பகுதி சராசரியாக சுமார் 140 மீட்டர் (460 அடி) ஆழம் வரை இருக்கும்.

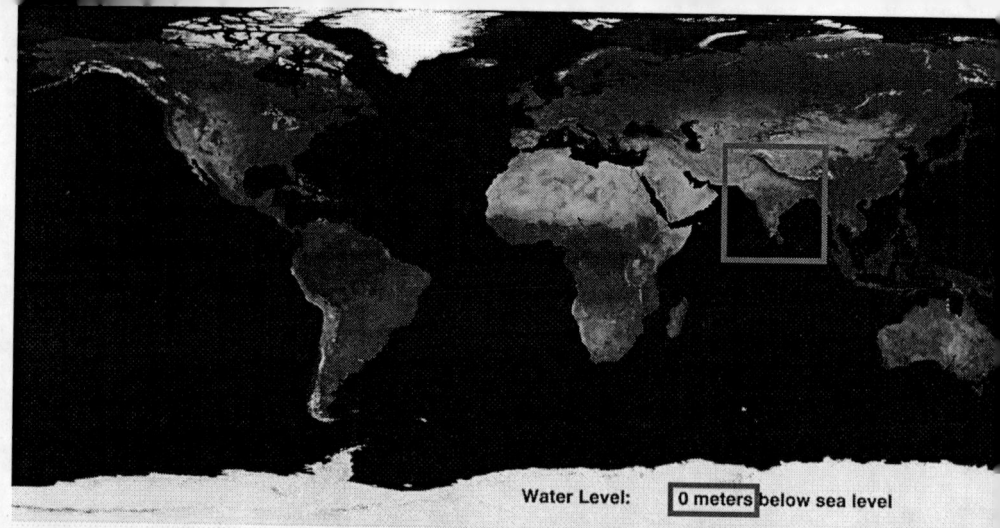

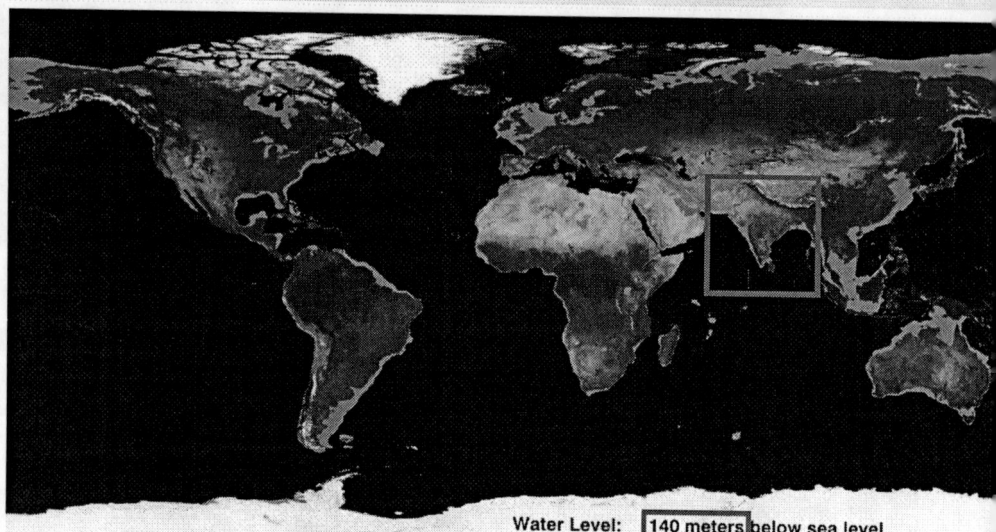

பெருங்கடலின் நடுவில் இருக்கும் மலைமுகடுகள், கடல் மட்டத்திலிருந்து சுமார் 7,000 முதல் 10,000 அடிகளுக்குக் கீழ் உள்ளன. கடலின் நீர் வற்றிக்கொண்டே போக நேர்ந்தால் கடல் நீருக்கு அடியில் மூழ்கியுள்ள நிலப்பகுதிகள் எவ்வாறு கொஞ்சம் கொஞ்சமாக வெளிப்படத் தொடங்கும் என்பதை புவியியல் தரவுகளின் அடிப்படையில் ஒரு காணொளியாக நாசா ஆய்வு மையம் உருவாக்கிக் காட்டியுள்ளது (https://www.youtube.com/watch?v=-xRh7xCCQPI).

நாசா நிறுவனம் தரவுகளைத் தொகுத்து உருவாக்கிய காணொளியில் படிப்படியாக நீர் குறைவதைச் சற்றே நிறுத்தி 140 மீட்டர் ஆழத்தில் உள்ள நில அமைப்பைத் தெளிவாகக் காணலாம். அதில் குமரிமுனைக்கு தெற்கே உள்ள கண்டத் திட்டுப் பகுதி

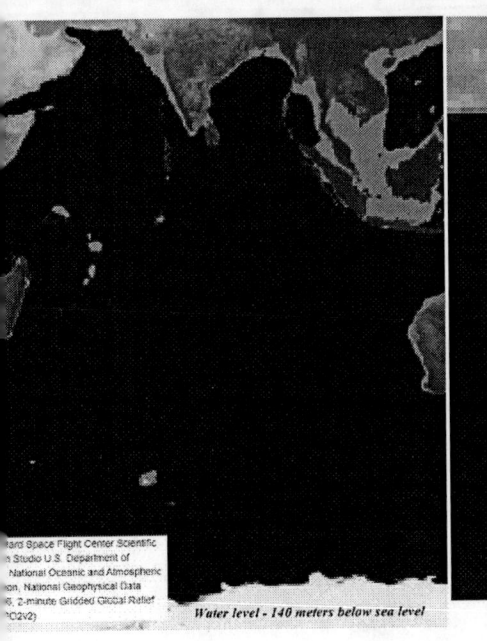

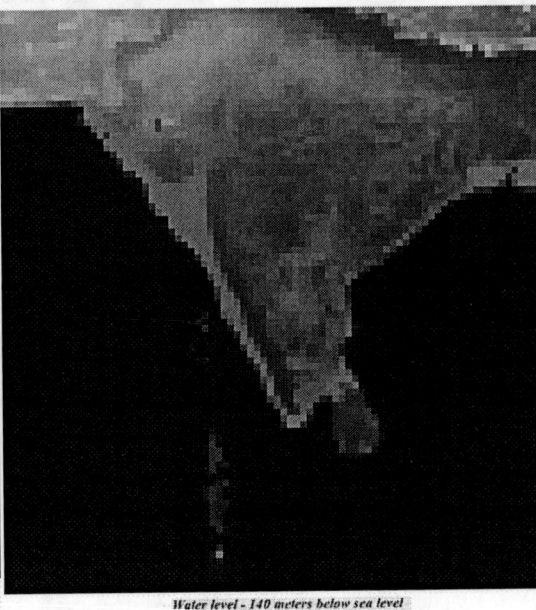

Water level - 140 meters below sea level

Water level - 140 meters below sea level

மட்டுமே இருக்கும். புவியியல் நில அமைப்புத் தரவுகள் காட்டுவது அவை மட்டுமே.

கைவிடப்பட்ட லெமூரியா கண்டக் கோட்பாட்டினை ஒட்டி இக்காலத்தில் குமரிகண்ட ஆர்வலர்கள் வரைந்து வைத்திருக்கும் மடகாஸ்கர் - குமரிமுனை - ஆஸ்திரேலியாவை இணைக்கும் முக்கோண நிலப்பகுதியோ, அல்லது அவற்றில் காட்டப்படும் மலைமுகடுகளோ எதுவுமே இருக்காது. ஆனால், நாம் ஏன் 140 மீட்டர் ஆழம் அளவை மட்டும் கணக்கில் கொள்ள வேண்டும் என்ற கேள்வி எழலாம். அதற்குக் காரணம் கடைசிப் பனியுகம் முடிந்த பிறகு அந்த அளவுதான் கடல் நீர்மட்டம் உயர்ந்தது என்ற அறிவியல் மூலம் நமக்குத் தெரிகிறது.

சுமார் 11,000 ஆண்டுகளுக்கு முன்னர், கடைசியாகப் புவி எதிர்கொண்ட பனியுகத்திற்குப் (last ice age / last glacial period) பிறகு பனிப்பாறைகள் உருகி சிறிது சிறிதாகக் கடல்நீர் மட்டம் உயரத் துவங்கி கண்டங்களின் ஆழம் குறைவான கண்டத்திட்டுப் பகுதிகள் நீரினால் மூழ்கடிக்கப்பட்டன. நீர் மட்டம் அவ்வாறாக 120 இல் இருந்து 130 மீட்டர்கள் வரைக் கடந்த 12000 ஆண்டுகளில் உயர்ந்துள்ளது என்பது புவியியல் ஆய்வாளர்கள் ஆய்வின் அடிப்படையில் அறிவியல் அறிவிக்கும் தகவல். இது புவியியல் கால அடிப்படையில் ‘ஹோலோசீன் கடல்மட்ட உயர்வு’ எனப்படும். சராசரியாக ஒரு நூற்றாண்டுக்கு ஒரு மீட்டர் உயரம் என நீர் மட்டம் கொஞ்சம் கொஞ்சமாக உயரத் துவங்கியிருக்கிறது. அதாவது ஆண்டொன்றுக்கு சுமார் ஒரு சென்டிமீட்டர் அளவு நீர்மட்டம் உயர்ந்தது எனக் கொள்ளலாம். ஒரு முப்பது ஆண்டுக்காலத்தை நல்ல நினைவாற்றலுடன் வாழக்கூடிய மனிதர் ஒருவர் தனது

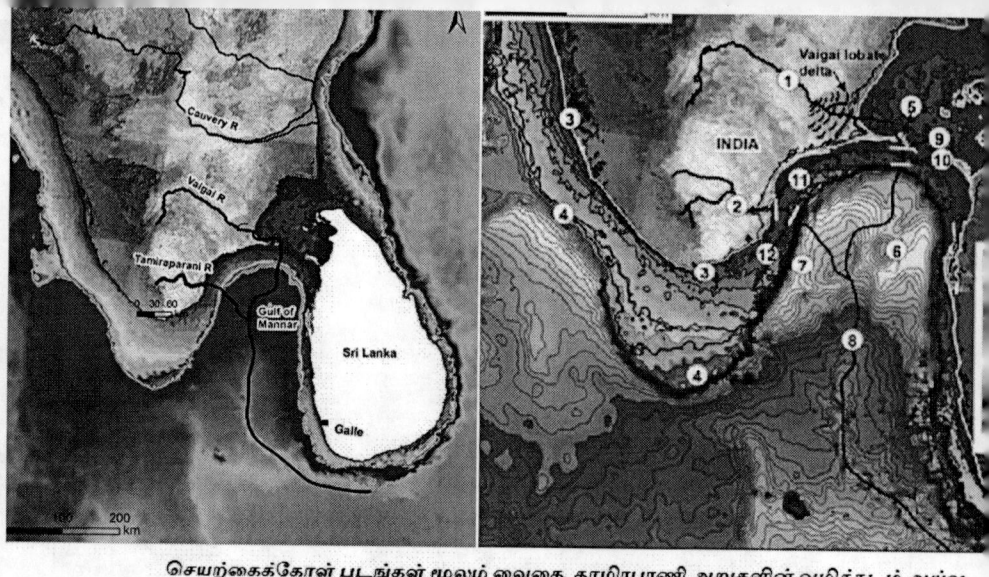

செயற்கைக்கோள் படங்கள் மூலம் வைகை, தாமிரபரணி ஆறுகளின் வழித்தடம் ஆய்வு

வாழ்நாளில் அந்த 30 ஆண்டுக் காலத்தில் கடல் நீர் மட்டம் ஒரு அடி உயர்ந்திருப்பதைக் காணக்கூடும். ஆனால் உண்மையில் சொல்லப்போனால் சிறிது சிறிதாகக் கடல்மட்டம் உயர்ந்ததை யாருமே உணர்ந்திருக்கவும் வழியில்லை, அதைக் கதை கதையாகச் சொல்லி அடுத்தடுத்த தலைமுறைக்கும் கடத்தியிருக்கவும் வாய்ப்பில்லை. காரணம், இது பதறித் துடித்து உயிர் தப்பி ஓட வழி தேட வைக்கும் நீர்மட்ட உயர்வல்ல. ஆனால் ஆழிப் பேரலை ஏற்படுத்தும் அழிவு அவ்வாறு அல்ல. சுனாமியால் ஏற்படுவது ஒரு திடீர் அழிவு, தப்பி ஓட வழியின்றி தங்கள் உறவுகள் அழிந்து போன ஒரு நிகழ்வு ஆறா வடுவாக மக்கள் மனதில் நினைவுகளாக நின்று விடும். அடுத்தடுத்த தலைமுறைகளுக்கு வாய்மொழிக் கதையாக அந்த ஆழிப்பேரலை ஏற்படுத்திய அழிவு குறித்த செய்தி சென்று சேரும் வாய்ப்புண்டு. இலக்கியங்கள் சொல்லும் கடல்கோள்கள் ஆழிப்பேரலைச் சீற்றத்தால் ஏற்பட்ட அழிவுகளை மட்டுமே.

தமிழகத்தில் ஓடும் வைகை, தாமிரபரணி நதிகள் நீண்ட காலத்திற்கு முன்பு இலங்கையின் காலி நகரம் வரை பாய்ந்திருப்பதாகச் செயற்கைக்கோள்

படங்கள் தந்த தரவுகளை வைத்து பாரதிதாசன் பல்கலைக்கழகத்தின் ரிமோட் சென்சிங் துறையைச் சேர்ந்த பேராசிரியர்கள் சோமசுந்தரம் ராமசாமி மற்றும் ஜே. சரவணவேல் ஆகியோரால் மேற்கொள்ளப்பட்ட ஒரு ஆய்வு அண்மையில் (2019 ஜூன் 25ஆம் தேதி) வெளியானது. இந்த ஆய்வின் முடிவின்படி, குமரிக்குத் தெற்கே சுமார் 2 -3 லட்சம் சதுர கி.மீ. பரப்புள்ள நிலப்பரப்பு இருந்திருக்கலாம். ஆனால், மடகாஸ்கரிலிருந்து ஆஸ்திரேலியா வரை இந்த நிலப்பரப்பு இருந்திருக்க வாய்ப்பே

இல்லை என்று ஆய்வாளர்கள் விளக்கினர். மேலும் குமரிக்கண்டம் என்ற கருத்தாக்கம் குறித்து நிலவியல் அடிப்படையில் விரிவான நூல் ஒன்றை 'குமரி நிலநீட்சி' என்ற பெயரில் எழுதிய நிலவியல் ஆய்வாளர் சு.கி. ஜெயகரன், பிரம்மாண்டமான குமரிக்கண்டம் ஏதும் கன்னியாகுமரிக்கு தெற்கிலிருந்ததில்லை என்று வைத்த முடிவையே தற்போது வெளிவந்திருக்கும் ஆய்வு முடிவுகள் உறுதிப்படுத்துவதாகவும் கூறினார்.

பன்மலை அடுக்கத்துக் குமரிக்கோடும் பஃறுளி ஆறும்:

"பஃறுளி ஆற்றுடன் பன்மலை அடுக்கத்துக் குமரிக்கோடும் கொடுங்கடல் கொள்ள" என்று இளங்கோ கூறியபொழுது தென்கடலையொட்டி இருந்த ஆழிப்பேரலையால் அழிந்த "குமரிக்கோடு" என்ற பெயருள்ள ஒரு பகுதியையோ அல்லது பல மலை அடுக்குகளைக் கொண்டிருந்த குமரிமுனைக் கடற்கரையையோ குறிப்பிடுகிறார் என்றே நாம் பொருள் கொள்ள வேண்டும். கரை என்பதைக் குறிக்கும் கோடு என்பதன் அடிப்படையில் இங்குக் குமரிக்கோடு குறிப்பிடப்படுகிறது. இன்றும் கன்னியாகுமரி மாவட்டத்தில் விளவங்கோடு என்ற வட்டம் ஒன்று உள்ளது. அதுமட்டுமின்றி கடற்கரையோரமாக 20க்கும் மேற்பட்ட இடங்கள் "கோடு" என்ற பெயரில் முடியும் இடங்களாகவே உள்ளன (1. அண்டுகோடு, 2. அயக்கோடு, 3. இடைக்கோடு, 4. ஏற்றக்கோடு , 5. கட்டிமாங்கோடு, 6. குருந்தன்கோடு, 7. கொல்லங்கோடு, 8. சுருளக்கோடு , 9. திக்கணம்கோடு , 10. திருவிதாங்கோடு, 11. தேவிகோடு, 12. நெட்டாங்கோடு, 13. பாக்கோடு , 14. மங்க்கோடு, 15. மத்திக்கோடு, 16. மருதங்கோடு, 17. மாங்கோடு , 18. முழுக்கோடு , 19. விளவங்கோடு, 20. வெள்ளம்கோடு, 21. வெள்ளாங்கோடு - https://ta.wikipedia.org/s/14th). குமரிப் பகுதியில் கோடு என்பது கரை என்ற பொருளில் வழங்கப்பட்டிருப்பது இதிலிருந்து தெள்ளென விளங்குகிறது. "குளிப்பருந் துயர்க் 'கடல் கோடு' கண்டவன் களிப் பெனும் கரையிலாக் கடலுள் ஆழ்ந்தனன்" (கம்ப ராமாயணம் - பாலகாண்டம்: 42) என்று கம்பரும் கடலின் கரையை கோடு எனக் குறிப்பிடுவது இங்கு ஒப்பு நோக்கத்தக்கது. ஆனால் பாவாணர் உள்ளிட்ட பல தமிழறிஞர்களும் 'குமரிக்கோடு' என்பதை 'இமயம் போன்று ஒரு பெரிய மலை' என்றே பொருள் கொண்டிருக்கின்றனர்.

மேலும்; பஃறுளி ஆறு என்பது இன்று பறளியாறு என்று மருவி அழைக்கப்படுகிறது. இது கன்னியாகுமரி மாவட்டத்தின் விளவங்கோடு வட்டத்தில் பாய்கிறது. பறளியாறு மகேந்திரகிரியில் துவங்குகிறது, இதன் மேல் பெருஞ்சாணி அணை

கட்டப்பட்டுள்ளது. இதனுடன் கோதையாறு என்பதும் இணைந்து மேற்கு நோக்கிப் பாயும் தாமிரபரணி அல்லது குழித்துறை ஆறாக மாறுகிறது. இது தென்மேற்காகப் பாய்ந்து கொல்லங்கோடுக்கு சற்று தெற்கே தெங்கப்பட்டினம் பகுதியில் கடலில் கலக்கிறது.

கற்றோரில் பலரே இன்றும் கூட லெமூரியா என்பதை உண்மை என்றும், குமரிக்குத் தெற்கே 'குமரிக்கண்டம்' என்று ஒரு பெரும் நிலப்பரப்பு இருந்ததாகவும் அங்கு நாகரிகத்தில் மேன்மை நிலையை

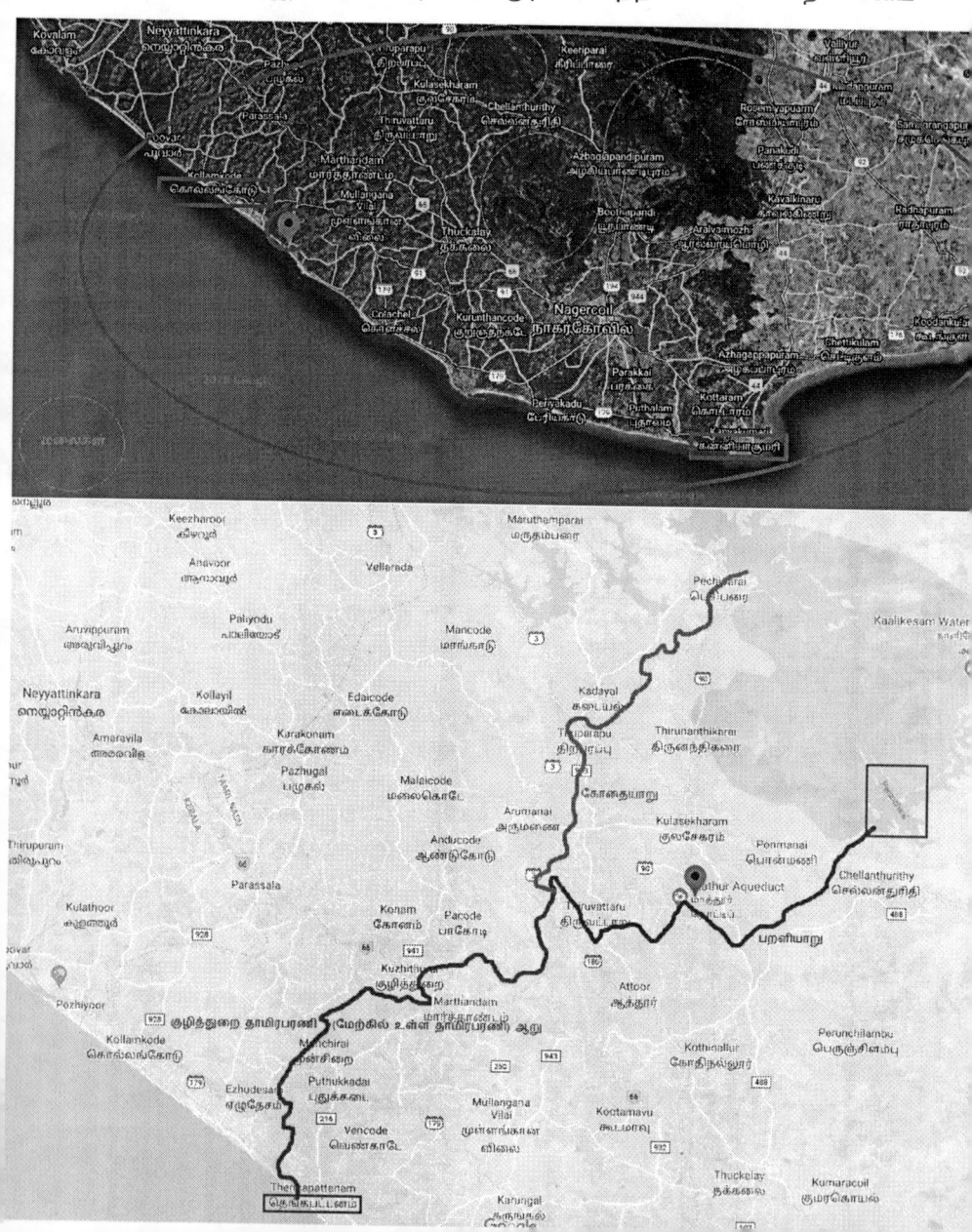

எட்டியிருந்த மூத்த தமிழ்க்குடியினர் தோன்றி வாழ்ந்ததாகவும் நம்பி வருகின்றனர். குமரிக்கண்டம் என்பதும் மேற்கத்திய உலகம் கொண்டிருக்கும் கடலில் மூழ்கிய, நாகரிகத்தில் ஒரு உயர்ந்த நிலையை அடைந்திருந்த தொன்மையான "அட்லாண்டிஸ்" என்ற நம்பிக்கைக்கு இணையான ஒரு புனைவாகும்.

தொல்லியல் மற்றும் அறிவியல் சான்றுகளின் அடிப்படையில் நாம் அறிந்திராத நம் முன்னோர் வரலாற்றை நாம் கட்டமைக்க வேண்டும். எழுதப்படும் வரலாறு நாம் நம்பவிரும்பும் உணர்வு சார்ந்த கற்பனைகளின் மீது எழுப்பப்படாமல் அறிவு சார்ந்த தரவுகளின் அடிப்படையில் எழுதப்படவேண்டும். ஆகவே தமிழ் இலக்கியங்கள் குறிப்பிடும் கடல்கோள்கள், நிலம் கடலால் கொள்ளப்பட்டது என்பது திடீரென தாக்கப்பட்ட ஆழிப்பேரலையால் ஏற்பட்டிருக்கக்கூடிய ஓர் அழிவே. இன்றுவரை இந்தோனேசியா பகுதியில் நிலநடுக்கமும் அதைத்தொடர்ந்து இந்தியப் பெருங்கடல் பகுதி நாடுகளில் ஆழிப்பேரலை அச்சமும் ஒரு தொடர்கதை. இத்தகைய அழிவை இலக்கியம் குறிக்கும் பூம்புகார் அழிவுடன் இணைத்துக் காணலாம். ஆனால், பனியுகம் முடிந்து கடல்மட்டம் உயர்ந்தபகுதி கடல் விளிம்பினை அடுத்துள்ள கண்டத் திட்டுப் பகுதி என்றே உறுதியாகச் சொல்லலாம்.

இதுவரையில் கிடைத்துள்ள புவியியல் தரவுகள் அடிப்படையில், குமரி முனைக்குத் தெற்கே குமரிக்கண்டம் என்று எந்த ஒரு நிலப்பகுதியும் இல்லை.. இல்லை.. இல்லவே இல்லை.

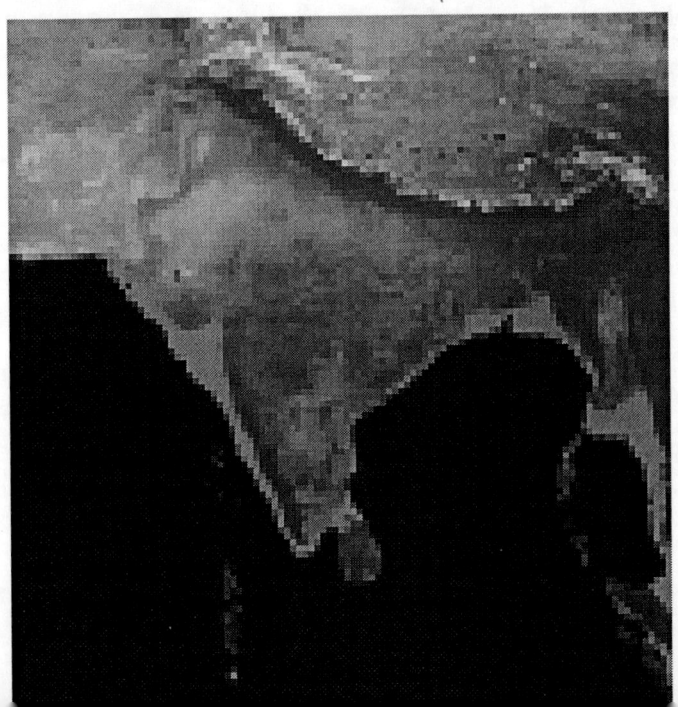

References and Suggestions for Further Reading:

[1] NASA-Draining the Oceans-Scientific Visualization LINKS;

    i. Draining the Oceans, Visualizations by Horace Mitchell Released on June 1, 2008; https://svs.gsfc.nasa.gov/3487

    ii. Draining the Oceans, NASA Scientific Visualization Studio, Dec 11, 2016; https://www.youtube.com/watch?v=-xRh7xCCQPI

    iii. Draining the Oceans, Index of Frames Files for ID 3487frames/1024x512/Dates; https://svs.gsfc.nasa.gov/vis/a000000/a003400/a003487/frames/1024x512/Dates/

    iv. Water level - 140 meters below sea level; https://svs.gsfc.nasa.gov/vis/a000000/a003400/a003487/frames/1024x512/Dates/Dates_00015.png

[2] Half-baked truths make Kumari Kandam a subject of puzzle
https://www.newindianexpress.com/cities/chennai/2016/jun/19/Half-baked-truths-make-Kumari-Kandam-a-subject-of-puzzle-941879.html

[3] NASA slowly drains the oceans in an incredible animation, revealing hidden underwater mountain ranges and ancient land bridges, Morgan McFall-Johnsen, Business Insider, February 2, 2020.
https://www.businessinsider.my/nasa-animation-drains-oceans-reveals-land-bridges-mountains-2020-1?

[4] Submerged River Systems Hint at India-Sri Lanka water Links, SM. Ramasamy, J. Saravanavel, K S Jayaraman. July 2019.
https://www.researchgate.net/publication/334587519_Submerged_River_Systems_Hint_at_India-Sri_Lanka_water_Links

[5] Lemuria: The Fabled Lost Continent That Turned Out To Be Real — Almost, William DeLong, April 15, 2018.
https://allthatsinteresting.com/lemuria-continent

[6] The Lemuria myth, S. Christopher Jayakaran, April 22, 2011, Frontline. https://frontline.thehindu.com/the-nation/article30175192.ece

[7] Madras District Gazetteers: Kanniyakumari District, Madras (India : State), B. S. Baliga (Rao Bahadur) Superintendent, pp. 6-7, Government Press, 1957 - Tamil Nadu (India). https://books.google.com/books/about/Madras_District_Gazetteers_Kanniyakumari.html?id=oWNDAAAAYAAJ

[8] லெமூரியா-ஆய்வுக் கட்டுரை, சிங்கநெஞ்சம் சம்பந்தம், தமிழ் மரபு விக்கி, http://www.heritagewiki.org/index.php

[9] குமரிக் கண்ட குழப்பங்கள், சிங்கநெஞ்சம் சம்பந்தம், மின்தமிழ்மேடை - 19, (பக்கம் 105-115), தமிழ் மரபு அறக்கட்டளை-பன்னாட்டு அமைப்பு வெளியீடு, அக்டோபர் 2019.

[10] இலங்கையின் தென்பகுதிவரைப் பாய்ந்த வைகை, தாமிரபரணி நதிகள் - ஆய்வு சொல்வது என்ன?, முரளிதரன் காசிவிஸ்வநாதன், பிபிசி தமிழ், 28 ஜூலை 2019. https://www.bbc.com/tamil/india-49140571

2. பிக்கோலிம் போர் என்றொரு புளுகு

கண்ணால் காண்பதும், காதால் கேட்பதும் உண்மையல்ல தீர விசாரிப்பதே மெய் என்பது யாவரும் அறிந்த ஒரு பழமொழி. இதை மீண்டும் மீண்டும் வலியுறுத்த எத்தனையோ நிகழ்வுகள் வரலாறு நெடுகிலும் காணலாம். ஏன்!!! அந்த வரலாற்றிலேயே புனைவுகள் மோசடிகள் அனைத்தும் உண்டு. கற்பனைத்திறன் வாய்ந்த ஒருவரால் நடந்த வரலாறு என ஒரு கட்டுக்கதை புனைந்து மோசடி செய்ய இயலுமானால், காலம் காலமாக நாம் கேட்டு வளரும் வரலாற்று மற்றும் இதிகாசக் கதைகளை எவ்வளவு தூரம் நம்புவது என்பது குழப்பத்தைத் தருகிறது. அதிலும் நம்பவே இயலாத, அறிவியல் அடிப்படையுடன் முரண் கொண்டுள்ள இதிகாசங்களையே வரலாறு என்று இந்தியாவின் வரலாற்றைப் புராணங்களின் தொன்மப் புனைவுகளின் அடிப்படையில் கட்டமைப்போரும் உள்ளனர். இந்தக் கற்பனை வரலாறு பாட நூல்களுக்குள்ளும் புகுத்தப்படுவது அறியாமையின் உச்சக்கட்ட நிலை.

பொதுவாகவே எந்த ஒரு வரலாற்று உண்மையும் வெற்றி பெற்றவர் கண்ணோட்டத்தில்தான் வழங்கப்படுகிறது என்பதும் நாம் அறிந்ததே. புரட்சியில் தோல்வி அடைந்தவரைத் தீவிரவாதி அடக்கப்பட்டார், சர்வாதிகாரி ஒடுக்கப்பட்டார் என்று நமக்கு அறிவிக்கப்படுவதும், புரட்சியில் வெற்றி பெற்றவரை நாட்டிற்காக

உழைத்த தன்னலமற்ற தியாகி வரிசையில் இடம் பெறச் செய்வதும் நம் வாழ் நாளிலேயே பார்ப்பதுதான்.

முதலாம், இரண்டாம், மூன்றாம் பானிபட் போர் எனத் தொடர்ந்து நடந்த பானிபட் போர்கள் குறித்தும் போரின் கொடுமை கண்டு மனம் மாறி அசோகரைப் புத்த மதத்தை ஆதரிக்கச் செய்த கலிங்கப் போர் பற்றியும் இந்திய வரலாற்றுப் பாடத்தில் படிக்காத இந்தியப் பள்ளி மாணவர்கள் இருக்கவே முடியாது.

ஆனால் "பிக்கோலிம் போர்" (Bicholim conflict) பற்றிப் படித்ததுண்டா?

படித்திருக்காவிட்டால் கவலை வேண்டாம். உங்கள் தேச பக்தி, பொது அறிவு எதிலும் குறை இருப்பதாக வருந்தவும் தேவை இல்லை. காரணம், அப்படி ஒரு போரே நடந்தது இல்லை. ஆனால் நடந்ததாக ஒரு மோசடி அண்மையில் விக்கிப்பீடியாவில் நிகழ்ந்திருக்கிறது.

கோவா மாநிலத்தின் பிக்கோலிம் என்ற இடத்தில் இப்படி ஒரு போர் நடந்ததாக ஒரு கட்டுக்கதை. 1640 இல் இருந்து 1641 வரை கோவாவை ஆட்சி புரிந்த போர்த்துக்கீசியர்களுக்கும் மராட்டியப் பேரரசுக்கும் இடையில் நடந்ததாக விக்கிப்பீடியாவில் ஜூலை 4, 2007 இல் ஒரு கட்டுரை எழுதப்பட்டிருந்திருக்கிறது. இந்தக் கட்டுக்கதையின்படி, பிக்கோலிம் போரின் விளைவாக ஒரு சமாதான உடன்படிக்கை ஏற்பட்டுப் போர் நின்றது. உடன்படிக்கையின் விளைவாகச் சுதந்திர கோவா மாநிலம் அமைக்கப் பட்டது. இந்தக் கட்டுக்கதை 5 ஆண்டுகள், 5 மாதங்கள், 25 நாட்கள் விக்கிப்பீடியா வலைத்தளத்தில் இடம் பெற்ற பின்பு, பின்னர் அது மோசடிப் பதிவு எனக் கண்டறியப்பட்டு, சென்ற ஆண்டு 2012 டிசம்பர் 29 ஆம் தேதி நீக்கப்பட்டுவிட்டது. இந்தக் கட்டுரைக்கு ஆதாரமாகக் காட்டப்பட்ட சான்றுகள் அனைத்தும் பொய்யானவை. தற்பொழுது விக்கிப்பீடியாவில் பதிவு செய்யப்பட்ட மோசடிச் செய்திகளின் வரிசையில் பிக்கோலிம் போர் இடம் பிடித்துள்ளது.

இந்த வரலாற்றுப் புனைவு ஒரு சிறந்த கட்டுரை என்ற பாராட்டும் பெற்றிருக்கிறது என்பதுதான் அதிலும் வேடிக்கை. அனைத்திற்கும் மேலாக விக்கியின் தேர்ந்தெடுக்கப்பட்ட சிறந்த கட்டுரை (featured article) வரிசையில் இடம் பெற வேண்டும் என்ற முயற்சி எடுக்கப்பட்டு, பரிந்துரையும் செய்யப்பட்டு அது நிறைவேறாமலும் போயிருக்கிறது. இது போன்ற மோசடிப் பதிவுகள் இந்தப் பதிவினை விடவும் அதிக காலம் வலம் வந்திருக்கின்றன. ஜூலியஸ் சீசரைக் கொன்றவன் என்று ஒரு கற்பனைக் கொலைகாரனின் கதை எட்டு ஆண்டுகளும் சீன நகர் ஒன்றின் நகராட்சித்தலைவர் என்று ஒரு

சீன மாணவன் தனது பெயரையே வைத்து எழுதி வைத்த பதிவு ஒன்று ஏழு ஆண்டுகளும் விக்கியில் இடம் பெற்றுப் பின்பு உண்மை அறிந்து நீக்கப் பட்டிருக்கிறது.

இதனால் நாம் தெரிந்து கொள்ள வேண்டியது; ஒரு விக்கிக் கட்டுரை தகுந்த ஆதாரங்கள் தரத் தவறினால், விக்கியின் மற்ற கட்டுரைகளுக்கு அக்கட்டுரைவழித் தொடர்பு கொடுக்கப் படாவிட்டால், இணையத்திலும் தேடும் செய்தி நம்பிக்கைக்குரிய தளங்களில் கொடுக்கப் படாவிட்டால், அதற்கு நாம் முக்கியத்துவம் கொடுக்கக் கூடாது. அதனை ஆதாரமாக உபயோகிப்பதில் எச்சரிக்கையுடன் இருக்க வேண்டும்.

எப்பொருள் யார் யார் வாய்க்கேட்பினும் அப்பொருள்
மெய்ப்பொருள் காண்பது அறிவு

படிப்பதன் உண்மைத் தன்மையை ஆராய்ந்து அறிய வேண்டியது நமது பொறுப்பு. அதிலும் வரலாறு என்ற பெயரில் செய்யப்படும் மோசடிகளைக் கற்றோர் அறிந்து தடுப்பது அவர்களது கடமை.

விக்கிப்பீடியா பிக்கோலிம் போர் என்ற கட்டுரையை நீக்கிவிட்டாலும் சிறந்த விக்கிக் கட்டுரைகளை நூலாக வெளியிடும் பதிப்பகம் ஒன்று, அதனை நூலாக வெளியிட்டு விற்பனை செய்து வருகிறது (http://www.alibris.com/search/books/isbn/9785510567311). விக்கிக்கட்டுரைகளை இதுபோல அச்சிட்டு விற்பனை செய்வதைக் காப்புரிமை என்ற அடிப்படையில் விக்கி தடுப்பது இல்லை. விக்கியின் நோக்கமே அனைவருக்கும் கல்வி பரவவேண்டும் என்பதுதான். ஆகவே அதன் அடிப்படையில் விக்கியின் கட்டுரைகள் அச்சு நூலாக வடிவம் பெற்று அச்சுநூல் வழியே படிப்பவர்களைச் சென்றடைகிறது. பிக்கோலிம் போர் என்ற கட்டுரை விக்கியில் இருந்து நீக்கப்பட்ட பின்னர் ஓர் ஆர்வ உந்துதலின் காரணமாக, “பிக்கோலிம் போர்” என்ற கட்டுரையில் அப்படி என்னதான் கட்டுக்கதை எழுதப்பட்டிருந்தது எனத் தெரிந்து கொள்ளும் நோக்கில் அந்த புத்தகத்தை வாங்கிப் படிக்கும் ஆசை எழுந்தது.

லென்நெக்ஸ் கார்ப் (LENNEX Corp) பதிப்பகத்தார் வெளியிட்டுள்ள 90 பக்கங்கள் உள்ள அந்த நூலில் ஒரு ஆறு பக்கம் மட்டுமே “பிக்கோலிம் போர்” (Bicholim Conflict) குறித்துக் கட்டுரையில் விவரிக்கப்படுகிறது. மற்ற பக்கங்கள் யாவும் கோவா, பிக்கோலிம், மராட்டியர்கள், போர்த்துக்கீசியர்கள் என்ற மற்ற பலவற்றைக் குறித்த செய்திகள் விக்கிக் கட்டுரைகளாக நூலை நிறைக்கின்றன. நூலிலிருந்த “பிக்கோலிம் கான்ஃப்ளிக்ட்” என்ற கட்டுரை மட்டும் இங்கு மொழி பெயர்க்கப்பட்டு “பிக்கோலிம் போர்” என்ற தலைப்பில் கொடுக்கப்பட்டுள்ளது.

விக்கிப்பீடியாவில் வெளியிடப்பட்ட கட்டுக்கதை (கட்டுரை) தொடர்கிறது. எப்படியெல்லாம் வரலாறு திரிக்கப்படும் என்பதை அறிந்து கொள்ள இக்கட்டுரை ஒரு சான்றாகவும் பாடமாகவும் அமையும் என்பது திண்ணம்.

பிக்கோலிம் போர் :

பிக்கோலிம் போர் என்பது 1640-1641 இல் கோவாவை ஆட்சி புரிந்த போர்த்துக்கீசியர்களுக்கும் சிவாஜி பான்ஸ்லே (Shivaji Bhonsle) ஆட்சிக்குட்பட்ட மராட்டியப் பேரரசிற்கும் இடையே நிகழ்ந்த ஆயுதம் தாங்கிய போராட்டம் ஆகும். கோவாவின் வட பகுதியான பிக்கோலிம் என்ற இடத்தில் இது நிகழ்ந்தது. இப்போராட்டம் 1640 ஆம் ஆண்டின் மத்தியப் பகுதியிலிருந்து 1641 ஆம் ஆண்டின் ஆரம்ப நாட்கள் வரை நிகழ்ந்தது. பிறகு மராட்டியர்களுக்கும் போர்த்துக்கீசியர்களுக்கும் இடையே உடன்பாடு ஏற்பட்டு முன்பிருந்த அரசுகளின் எல்லைகளையே இருதரப்பினரும் ஏற்றுக்கொள்வது என்ற ஒப்பந்தத்தின் பேரில் பிக்கோலிம் போர் முடிவிற்கு வந்தது[1]. எனினும் போர்த்துக்கீசியர்களுக்கும் மராட்டிய அரசுக்கும் இடையே ஒரு பதட்டமான சூழ்நிலை கோவாவிலும் மராட்டியத்தின் அண்டைத் தீவுகளான டையு-டாமனிலும் (Diu, Daman) தொடர்ந்தது[2]. போராட்டம் பெரும்பாலும் கோவாவில் நிகழ்ந்தாலும் சில கால கட்டங்களில் போர்த்துக்கீசியர்களுக்கு எதிரான கலகம் அருகிருந்த பேர்னம் மற்றும் பார்டெஸ் (Pernem, Bardez) பகுதிகளிலும் நிகழ்ந்தது[3].

வரலாற்றுப் பின்னணி:

வாஸ்கோடகாமா (Vasco da Gama) கோவாவிற்கு வரும் கடல் வழிப் பாதையைக் கண்டறிந்த பிறகு போர்த்துக்கீசிய வர்த்தகர்கள் 1498இல் இந்தியாவில் கோவாவைத் தங்களது முதல் வர்த்தக மையமாக அமைத்தார்கள். இதனால் 1542இல் கோவாவின் 'வெலஸ் கான்கியுஸ்டாஸ்' (Velhas Conquistas) பகுதி செழிப்படைந்தது[4]. இந்துவாகவோ, இஸ்லாமியர்களாகவோ இருக்கவே விரும்பியவர்களை விட, கிறிஸ்துவர்களாக மதம் மாறிய அப்பகுதி மக்களுக்குச் சிறப்புச் சலுகைகள் வழங்கப்பட்டன[4]. கோவாவில் 1560 இல் ஒரு விசாரணை அமைப்பு நிறுவப்பட்டு, முதல் சில ஆண்டுகளிலேயே கிறிஸ்துவ மத அமைப்புடன் மாறுபட்ட மனப்போக்கு கொண்ட 4,000 பேர் கைது செய்யப்பட்டனர்[5]. இதனால் அருகாமையிலிருந்த இந்துப் பகுதிகளில், குறிப்பாகக் கோவாவின் வட பகுதியிலும் 'நோவா கான்கியுஸ்டாஸ்' (Nova Conquistas) பகுதியிலும் வாழ்ந்த மக்கள்

புதியதாக நிறுவப்பட்ட இந்த விசாரணைக் குழுவினால் கலவரம் அடைந்தார்கள்[4].

இக்காலத்தில் கோவாவின் வளர்ச்சி மிகுதியாக இருந்தாலும், வடக்கிலிருந்த மராட்டிய அரசின் வளர்ச்சியும் பரவலும் இதனைவிட அதிகமாக இருந்தது[6]. இதனிடையில் 1603க்கும் 1639க்கும் இடைப்பட்ட காலத்தில் டச்சுக்காரர்களுக்கும் போர்த்துக்கீசியர்களுக்கும் இடையில் நிகழ்ந்த போரினால், டச்சு கடற்படை கோவாவின் கடல் வழியைத் தங்கள் கட்டுப்பாட்டிற்குள் கொண்டு வந்து கடல் வழித் தொடர்பைத் துண்டித்தது. இதனால் போர்த்துக்கீசியர்களால் தங்கள் போர்ச்சுகல் நாட்டிலிருந்து எந்த உதவியையும் அடைய முடியாமல் போனது. இதனால் கோவாவில் வாழ்ந்தவர்களின் வாழ்வு வறுமையில் சீரழியத் தொடங்கியது. டச்சு அரசு பிற நாடுகளில் உள்ள போர்த்துக்கீசியர்களின் வர்த்தக மையங்களை வென்று தங்கள் நாட்டுடன் இணைத்துத் தங்கள் பேரரசை விரிவாக்க நினைத்த முயற்சியின் விளைவே டச்சுக்காரர்களுக்கும் போர்த்துக்கீசியர்களுக்கும் கோவாவில் நிகழ்ந்த போருக்குக் காரணம்[4]. இதே காலத்தில் மராட்டியப் பேரரசர் **சிவாஜி பான்ஸ்லே *(Shivaji Bhonsle)* பல தொடர் வெற்றிகளைப் பெற்றுத் தனது மராட்டியப் பேரரசை விரிவுபடுத்திக் கொண்டிருந்தார். இதனால் 1635 ஆம் ஆண்டு வாக்கில் மராட்டியப்பேரரசு விரிவடைந்து போர்த்துக்கீசியக் கோவாவிற்கும் மராட்டியப் பேரரசிற்கும் ஒரு பொதுவான எல்லை அமைந்தது[7]. மராட்டியப் பேரரசின் வளர்ச்சியும் அதே சமயம் கோவாவில் நிகழ்ந்த பஞ்ச நிலையும் கோவாவின் வட பகுதியில் வாழ்ந்த மக்களை மராட்டியப் பேரரசை ஆதரிக்கச் செய்தது. அப்பகுதியில் வாழ்ந்த பிறரும் குறிப்பாகக் கோவாவின் எல்லைப் பகுதியிலிருந்த, செல்வாக்கு நிறைந்த கோலாப்பூர் *(Kolhapur)* பகுதியில் உள்ள ஊர்களின் மக்களும் மராட்டியப் பேரரசின் வருகையை மிக விரும்பி ஆதரித்தார்கள்[7].

Goa at its height under Portuguese occupation: Novas Conquistas (highlighted in yellow), Velhas Conquistas (highlighted in red)

டச்சுக்காரர்கள் ஏற்படுத்திய கடல்வழித் தடை நீங்கிய அதே காலத்தில் 1639 ஆம் ஆண்டில் மராட்டியப் பேரரசு அண்மையில் உள்ள மைசூர் அரசுடன் ஓர் உடன்படிக்கையினை ஏற்படுத்திக் கொண்டது. அந்த உடன்படிக்கையின்படி மராட்டிய அரசும் மைசூர் அரசும் இரு

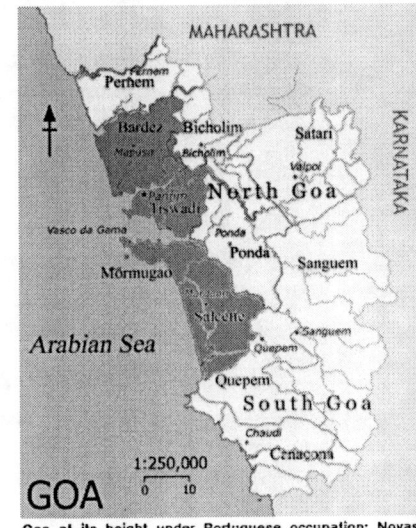

அரசுகளுக்கும் பொதுவாக உள்ள நாடுகளின் எல்லையை மதிப்பதென்றும் ஒருவர் நாட்டின் எல்லைக்குள் மற்றவர் ஊடுருவுவது தவிர்க்கப்பட வேண்டும் என்று முடிவு செய்து அம்முடிவுக்குச் சம்மதம் தெரிவித்துக் கொண்டன[8]. அத்துடன் மராட்டியப் பேரரசு தக்காணத்தில் உள்ள மற்ற நாடுகளுக்கும் பாதுகாப்பாக இருக்க முடிவு செய்தது. மராட்டியப் பேரரசின் ஒரே ஒரு அமைதியும் பாதுகாப்புமற்ற பகுதியாக அந்நாட்டின் தெற்கு எல்லை அதாவது போர்த்துக்கீசியர்கள் வசமிருந்த கோவாவின் பகுதி அமைந்திருந்தது. கோவாவின் வடபகுதியையும் கிழக்குப் பகுதியையும் மராட்டியப் பேரரசு எல்லையாகக் கொண்டிருந்தது[8].

மோதலின் பாதையில்:

மராட்டியர்கள் 1640 ஆம் ஆண்டு ஜனவரி மாதம் கோவாவின் போர்த்துக்கீசியத் தலைமை ஆளுநருடன் (Governor-General) பேச்சுவார்த்தை நடத்தத் திட்டமிட்டனர்[8,9]. சமயத் தலைவர்கள் தனக்குக் கொடுத்த நெருக்கடியின் காரணமாக தலைமை ஆளுநர் ‘மத்தியாஸ் டி ஆல்பகுர்கே’ (Matias de Albuquerque) மராட்டியர்களுடன் முரண்படும் பேச்சுவார்த்தைக்குத் தயங்கினார். அக்கால கோவாவின் போர்த்துக்கீசிய அரசாங்கத்தின் மீது மதத் தலைவர்களின் ஆதிக்கம் அதிகம் இருந்தது. அவர்களது விருப்பத்தை மீறி, இந்துக்கள் பெரும்பான்மையாக உள்ள மராட்டிய அரசுடன் பேச்சு வார்த்தை நடத்துவது அவர்கள் மதத்தின் குறிக்கோளுக்கு எதிரானதாகக் கருதப்பட்டது[4,10]. இந்த தயக்கத்தின் காரணத்தைப் புரிந்து கொண்ட மராட்டிய அரசு அமைதி நிலவிய மைசூர் எல்லையிலிருந்த தனது படைகளைக் கோவாவின் எல்லைக்குத் திருப்பியது. மராட்டிய அரசின் இந்த நடவடிக்கையின் காரணமாகத் தலைமை ஆளுநர் மத்தியாஸ் டி ஆல்பகுர்கே, மராட்டியப் பிரதிநிதியுடன் பேச்சு வார்த்தைக்கு இசைந்தார். ஆனாலும் பேச்சு வார்த்தை எந்த ஒரு தீர்வும் இன்றி முடிவுற்றது. மதத்திற்கெதிரான குற்றங்கள் புரிந்ததாகக் கோவா அரசு மற்றும் அங்கு வாழும் இந்துக்களின் மேல் எடுக்கும் நடவடிக்கைகளையும் கொடுக்கப்படும் தண்டனைகளையும் மதச்சார்பின்மை கொள்கையைக் கொண்ட மராட்டிய அரசு சுட்டிக்காட்டிக் கண்டனம் தெரிவித்தது[4,9]. எந்தத் தீர்மானத்திற்கும் வரஇயலாதுபோன இந்தப் பேச்சு வார்த்தைதான் பிறகு ஏற்பட்ட மோதல்களுக்கு முக்கியக் காரணமாக அமைந்தது[9].

1640 ஆம் ஆண்டு கோவாவின் கோடைக்காலம் தொடங்கிய நிலையில் (பிப்ரவரி – மார்ச் 1640), தலைமை ஆளுநர் மத்தியாஸ் டி ஆல்பகுர்கே, போர்த்துக்கீசியப் படைகளை பேர்னம் ((Pernem) மற்றும் பிக்கோலிம் பகுதிகளைச் சார்ந்த கோவாவின் கிராமங்களில்

குவித்தார். சந்தேகத்திற்குரிய இந்த நடவடிக்கைகளினால் மராட்டிய அரசும் தனது சிறிய படை ஒன்றை பிக்கோலிம்மை ஒட்டியிருந்த மராட்டிய எல்லைக்கு நகர்த்தியது. நிலவழிப் போர்த்துக்கீசிய ஊடுருவலை எதிர்பார்த்திடாததால் அதுவரை அப்பகுதியின் பாதுகாப்பினை மராட்டிய அரசு பலப்படுத்தாமல் விட்டுவைத்திருந்தது.[9] அப்போது பிக்கோலிம் பகுதியானது கோவாவில் பிறந்து வளர்ந்து, பின்னர் கிறிஸ்துவ மதத்திற்கு மாறிய 'நிக்கோலா டி மெல்லோ' (Nicolau de Mello) என்ற போர்த்துக்கீசிய அரசுப் பிரதிநிதியின் மேற்பார்வையிலிருந்தது. நிக்கோலா டி மெல்லோ கோவா மக்களிடையே பிரபலமாகவும் அவர்களது நம்பிக்கையைப் பெற்றவராகவும் இருந்தார்[9]. கோவாவின் வரலாற்றை ஆராய்ந்த வரலாற்றறிஞர் 'டேவிட் டிஸோஸா' (David D'Souza) நிக்கோலா டி மெல்லோ இந்துக்களுக்கு எதிரானவர் என்று பிக்கோலிம் பகுதி வாழ் இந்துக்கள் கருதி மராட்டியருக்கு ஆதரவு அளிக்க முன்வந்தனர் என்று கூறுகிறார்[11]. வசந்தகுலன் ஸ்ரீனிவாசன் என்ற அறிஞரோ தங்களின் மீது நிக்கோலா டி மெல்லோ கொண்ட அடக்குமுறையால் ஆத்திரமடைந்திருந்தாலும் இந்துக்கள் அவருக்கு விசுவாசத்துடன் இருந்ததாகவும் மராட்டியர்கள் எல்லைப் பகுதியில் படை குவித்ததை அறியாதவர்களாகவும் இருந்தார்கள் என்று கருதுகிறார்[9].

இப்ரம்பூர் மோதல்:

தங்கள் பேரரசின் தெற்கு எல்லையைப் பாதுகாக்க விரும்பிய மராட்டியர்கள் அது குறித்து கோவாவின் ஆட்சி அதிகாரிகளுடன் பேச்சு வார்த்தை நடத்த விரும்பினர். ஆனால் அவ்வதிகாரிகள் அதற்கு உடன்பட மறுத்தனர்[9,10]. அத்துடன் ஒரு காலகட்டத்தில் போர்த்துக்கீசியர்கள் தங்களது கடற்படையை வடக்கு நோக்கி நகர்த்தி கோலாப்பூர் பகுதியினை ஊடுருவி நோவா கான்கியுஸ்டாஸ் பகுதியில் உள்ள மராட்டியர்களை விரட்டியடிக்கவும் எண்ணினர். ஆனால் இந்த எண்ணத்தை அவர்கள் நிறைவேற்றத் தயங்கியதற்கு ஒரே காரணம் இது மராட்டியர்களுக்கு வெறுப்பை ஏற்றி அவர்களை டச்சுக்காரர்களுடன்

Chapel of St. Catherine, built in Old Goa during the Portuguese occupation

கூட்டணி அமைக்கச் செய்து அந்தக் கூட்டணி போர்த்துக்கீசியர்களுக்கெதிராக மாறி அவர்களுக்கே பாதகம் ஏற்படுத்தக்கூடும் என்ற எச்சரிக்கை உணர்வே[12].

அலோர்னா கோட்டை:

மோதலின் ஆரம்பம் பேர்னம் பகுதியில் உள்ள சிறிய ஊரான இப்ரம்பூரில். இப்ரம்பூர் ஊரானது முக்கியச் சாலை வழித்தடங்களுக்க நடுவிலும் சப்போரா (Chapora River) ஆற்றுப் பகுதியிலும் அமைந்திருந்தது. போர்த்துக்கீசியப் படைகள் இப்ரம்பூரில் குவிக்கப்படுவதாகப் பிக்கோலிம் பகுதியிலிருந்த மராட்டியர்களுக்குத் தவறான தகவல் கிடைக்கிறது[9]. ஆனால் உண்மையில் அந்த சமயத்தில் போர்த்துக்கீசியப் படைகள் எல்லையிலிருந்து வெகு தொலைவிலிருந்த 'அலோர்னா' (Alorna Fort) கோட்டைப் பகுதியில்தான் இருந்ததன[13].

மராட்டியர்கள் தங்கள் நாட்டின் எல்லையைக் கடந்து குதிரைப்படையை இப்ரம்பூருக்கு உளவு பார்க்க அனுப்பி வைத்தனர்[9]. ஆனால் அவர்களுக்குக் கிடைத்த தகவலின் படி போர்த்துக்கீசியப் படை அந்த நேரத்தில் அங்கு இல்லாது போனாலும் அப்படை அவ்விடம் நோக்கி முன்னேறிக் கொண்டிருக்கக்கூடும். எனவே இப்ரம்பூரைக் கண்காணிப்பது அவசியம் என்று மராட்டியப் படைத்தளபதி கருதினார். பிக்கோலிம் மற்றும் பேர்னம் பகுதியின் போர்த்துக்கீசியப் படைகள் 'மேனுவல் டி எலாமினோஸ்' (Manuel de Elaminos) தலைமையின் கீழ் வழிநடத்தப்பட்டன. இப்படைத் தளபதிக்கு மராட்டியர்கள் இப்ரம்பூரில் நுழைந்துவிட்டத் தகவல் கிடைத்தது. மராட்டியர்களின் ஊடுருவல் தகவல் கோவாவில் உள்ள வாஸ்கோடகாமா நகருக்கும் அறிவிக்கப்பட்டது[13]. இத்தகவல் அறிந்ததும் போர்த்துக்கீசியர்கள் அலோர்னா கோட்டையினைப் பாதுகாப்பில்லாத நிலையில் விட்டுவிட்டு இப்ரம்பூருக்குப் படையை நகர்த்தி அங்கிருக்கும் மராட்டியர்களைத் தாக்க முடிவு செய்தனர்[13].

ஆகஸ்ட் 1640 ஆம் ஆண்டு நடந்த போர்த்துக்கீசியத் தாக்குதல் விரைவாகவும் திறம்படவும் நடத்தப்பட்டது. இப்ரம்பூருக்குச் செல்லும் மேற்கிலும் வடக்கிலும் இருந்த இரு முக்கிய வழித்தடங்களும் படைகளால் சூழப்பட்டன. நகருக்கு அதிக சேதம் விளைவிப்பதைத் தடுக்கும் பொருட்டு காலாட்படைகளையே அடுத்தடுத்து அனுப்பி போர்த்துக்கீசியர்கள் போரை நடத்தினர். காலாட்படைக்குச் சிறிய அளவில் சேதம் ஏற்பட்ட நிலையில் மராட்டியர்களின் குவித்திருந்த சேனையின் அளவைக் கண்டதும்

போர்த்துக்கீசியர்கள் பின்வாங்கத்தொடங்கினர்[9]. போரில் தங்கள் கை மேலோங்கியிருப்பதை உணர்ந்த மராட்டியர்கள் போர்த்துக்கீசியர்களை அலோர்னா கோட்டைக்குச் செல்லும் வழியில் விரட்டியடிக்க முடிவெடுத்தனர்[9]. மராட்டியர்களின் குதிரைப்படை பின்வாங்கிய போர்த்துக்கீசியர்களின் காலாட்படையை மேலும் எல்லையிலிருந்து துரத்தியது. தொடர்ந்த போரின் காரணமாக இப்ரம்பூரின் வடதிசைப் பாதுகாப்பிலிருந்த போர்த்துக்கீசியப் படைகள் மேற்குப் பகுதியில் நடைபெறும் போரில் உதவிக்காக வரவழைக்கப்பட்டன[9].

ஆனால் ஒப்பிடும்பொழுது அளவில் மிகக்குறைவாக இருந்த வடதிசையின் போர்த்துக்கீசியப் படை இப்ரம்பூரில் இருந்து முன்னேறிய மராட்டியக் காலாட்படையால் தடை செய்யப்பட்டது[9]. அதனால் முதல் நாள் போரின் இறுதியில் இரு துருப்புகள் மட்டுமே எஞ்சின. இழப்புகளும் குறைவாகவே இருந்தது. அத்துடன் மேற்குப் பகுதியின் போர்த்துக்கீசியப் படை கையாண்ட புத்திசாலித்தனமான போர் நடவடிக்கைகளினால் ஒரு ஒழுங்கு முறையில் கட்டுப்பாட்டுடன் அவர்களால் பின்வாங்க முடிந்தது[9]. ஆயினும் போரின் தீவிரத்தையும் மராட்டியச் சேனையின் பெரும்பான்மை பலத்தையும் போர்த்துக்கீசியர்களால் உடனடியாகப் புரிந்துகொள்ள முடிந்தது. அத்துடன் இப்ரம்பூர் மக்கள் மராட்டியப் படைகளை

Forte de Alorna, Goa. Gravura a partir de desenho de António Lopes Mendes, s.d. (século XIX). In MENDES, António Lopes. "A Índia Portugueza: breve descripção das possessões portuguezas na Ásia". Lisboa, Sociedade de Geografia de Lisboa; Imprensa Nacional, 1886. 2 vol. [Courtesy of:fortalezas.org]

ஆதரித்ததுடன் அவர்களது படைகளையும் பலப்படுத்திக் கொள்ள உதவியுள்ளனர் என்ற கசப்பான உண்மையை ஒப்புக்கொள்ளும் நிலைக்குப் போர்த்துக்கீசியர்கள் தள்ளப்பட்டனர். இந்துக்கள் பெரும்பான்மையாக வசிக்கும் இப்ரம்பூர் போன்ற மற்ற பிற எல்லைப்புற ஊர்களுக்கும் இப்ரம்பூர் ஒரு தவறான முன்மாதிரியாக இருந்திருக்கும் என்றும் அவர்கள் நம்பத் தொடங்கினர்[14].

தொடர்ந்து இரண்டு நாட்களாக அலோர்னா கோட்டையினை நோக்கி மராட்டியர்கள் விரட்டிய பின்பு கோவாவின் வாஸ்கோடகாமா பகுதியிலிருந்த போர்த்துக்கீசியப் படை போர்த்துக்கீசியர்களின் உதவிக்கு வந்து சேர்ந்தது[9]. இதனால் ஏற்பட்ட சம அளவுள்ள படை பலத்தினால் போர்த்துக்கீசியர்களுக்கு மராட்டியர்களை எதிர்த்து நிற்கும் திறன் ஏற்பட்டது. அடுத்த நாள் மேற்கொண்ட திறமையான நடவடிக்கைகளினால் இருபடைகளும் ஒன்றையொன்று முன்னேறவிடாதவாறு முடக்கப்பட்ட நிலை ஏற்பட்டது. அடுத்துத் தொடர்ந்து ஒருவாரத்திற்கு இந்த நிலையில் எந்த ஒரு முன்னேற்றமும் நிகழவில்லை. இருதரப்பினரும் தேவையற்ற, ஆபத்து நிறைந்த வழிகளை மேற்கொண்டு இழப்புகளை அதிகப்படுத்தும் நிலையினைத் தவிர்க்க விரும்பினர்.[9] இருதரப்பினரும் தற்காப்பிற்காக மட்டுமே தாக்குதலை நடத்த முயன்றனர். போரின் முதல் இரு துவக்க நாட்களில் மராட்டியப் படை ஏற்படுத்திய சேதங்கள் போர்த்துக்கீசியர்களை அலோர்னா கோட்டையினை நோக்கிப் பின் வாங்க வைத்திருந்தது. ஆனால் இந்நிலையிலும் மாற்றம் ஏற்பட்டுப் பின்வாங்குதல் நிறுத்தப்பட்டிருந்தது. தனது திறமையான குதிரைப்படையினைக் கையாண்ட விதத்தின் மூலம் போர்த்துக்கீசியர்களைத் தாக்காமல் அவர்களின் முன்னேற்றத்தை மட்டுமே மராட்டியப்படை தடை செய்தது[9].

ஜூலை மாதத்தின் துவக்கத்தில் இப்ரம்பூரில் இருந்து வெகு தொலைவிற்கு நகர்த்தப் பட்டுவிட்ட காரணத்தினால் போர்த்துக்கீசியர்கள் போரில் பீரங்கிகளை உபயோகப் படுத்த தங்கள் மேலிடத்தின் அனுமதியைப் பெற்றனர். பீரங்கித் தாக்குதல் மராட்டியக் காலாட்படையினைச் செயலிழக்கச் செய்ய உதவியது, ஆயினும் இத்தாக்குதலினால் ஏற்பட்ட சேதத்தின் அளவு குறைவே. பீரங்கித் தாக்குதல் அடுத்து மராட்டியக் குதிரைப் படைகளைக் குறிவைத்தது. இதனால் சுடப்படக்கூடிய தாக்குதல் எல்லையிலிருந்து மராட்டியப் படைகள் பின்னடைந்தன[9].

மராட்டியர்கள் அலோர்னா கோட்டையின் அருகாமையை விட்டு விலகி மீண்டும் ஒருங்கிணைத்து சாலையின் தென்திசையிலிருந்து வேகமாக முன்னேறித் தாக்கி எதிரியின்

பீரங்கிப் படையைச் சிதறடித்து அவர்களுக்குப் பேரிழப்பை உருவாக்கத் திட்டமிட்டனர்[9]. போர்த்துக்கீசியர்களின் கைவசம் இருந்த உயர் தொழில்நுட்பப் போர்க்கருவிகளுக்கு ஈடு கொடுக்கும் வண்ணம் தங்களது போர்த் திட்டங்களை மாற்றியமைக்க வேண்டிய நிர்ப்பந்தத்திற்கு மராட்டியப் படைகள் தள்ளப்பட்டன.

மராட்டியர்களின் போர்த்திட்டத்தைப் புரிந்து கொண்ட போர்த்துக்கீசியர்கள் விரைவில் தங்களது படைகளைப் பல பிரிவுகளாக்கிப் புதிய வேகத்துடன் முன்னேறிய மராட்டியப்படையினை எதிர்த்துத் தாக்கினர். இத்தாக்குதல் முறையினைச் சற்றும் எதிர்பாராத மராட்டியப்படை எதிர்த் தாக்குதலில் நிலைகுலைந்து மேலும் தென் திசையை நோக்கி, சப்போரா ஆற்றினை நோக்கி நகர வேண்டிய சூழ்நிலை ஏற்பட்டது[9].

சப்போரா ஆற்றினை அடைந்த மராட்டியக் குதிரைப்படை மராட்டிய எல்லைக்குள் பின்வாங்கித் தந்திரமாக போர்த்துக்கீசியப் படையினை அவர்களது பாதுகாப்பான கோவா பகுதியிலிருந்து நகரச் செய்து தங்களது மராட்டிய எல்லைக்குள் இழுக்க நினைத்தது. ஆனால் போர்த்துக்கீசியப்படையோ சப்போரா ஆற்றினை நோக்கி முன்னேறுவதைத் தவிர்த்தது[9]. ஜூலை மாதத்தின் முடிவில் மராட்டியப்படைகள் தங்கள் எல்லைக்குள் ஒருங்கிணைந்தன. அலோர்னா கோட்டையினைப் பலப்படுத்திய பிறகு ஆல்பர்ட்டோ பின்ட்டோவின் தலைமையின் கீழ் போர்த்துக்கீசியப்படைகள் சப்போரா ஆற்றின் வடக்கில் பரவலாக நிலைகொண்டு தங்களது நிலையினை நன்கு பலப்படுத்திக் கொண்டனர்[11].

மராட்டியர்களின் பிக்கோலிம் ஊடுருவல்:

சப்போரா ஆற்றின் வடகரையில் போர்த்துக்கீசியர்களும் தென்கரையில் மராட்டியர்களும் தங்கள் நிலையைப் பலப்படுத்திக் கொண்ட பின்பு இந்தத் தகராற்றின் இழுபறி நிலையை முடிவுக்குக் கொண்டு வருவதற்குப் போர் ஒன்றே உதவும் என்று இருதரப்பினரும் கருதினர்[12]. இன்னமும் போர்த்துக்கீசியர்கள் இப்ரம்பூர் நோக்கித் தங்களது படைகளை நகர்த்தி மராட்டிய எல்லையை ஊடுருவ முயல்வதாக மராட்டியர்கள் எண்ணினார்கள். போர்த்துக்கீசியர்களோ கோவாவிற்கும் மராட்டியப் பேரரசிற்கும் இடையில் உள்ள பகுதியை ஒரு பாதுகாப்பான அரணாக உருவாக்கிக் கொள்ள விரும்பினர். இதற்கு அவர்கள் கோலாப்பூரையும் கோலாப்பூருக்கு வடக்கில் உள்ள பகுதியையும் அவர்களது கட்டுப்பாட்டிற்குள் கொண்டு வரவேண்டியது தேவையாயிருக்கும். ஆனால் இந்த நடவடிக்கை உண்மையில்

போர்த்துக்கீசியர்களின் ஒரு திட்டமா? அல்லது வெறும் வதந்தியா? என்பது சரிவர உறுதியாகத் தெரியவில்லை[12]. பேர்னம் (*Pernem*) பகுதியின் வடக்கு மற்றும் கிழக்குப்பகுதிகள் மராட்டியர்களின் ஆட்சிக்கு உட்பட்ட பகுதிகளால் சூழப்பட்டிருந்தன. இதனால் பேர்னம் பகுதியில் போர் நிகழ்வது தவிர்க்க இயலாதது என்பதை இருதரப்பினரும் அறிந்திருந்தார்கள்[11,13]. மராட்டியர்கள் பேர்னமைப் பாதுகாக்கக் கருதியிருந்த தங்களது ஆரம்பக் காலத் திட்டத்தைக் கைவிட்டு பிக்கோலிமின் தென்பகுதிக்குத் தங்கள் படையை நகர்த்தினர்[9].

பிக்கோலிம் பகுதி படைகளால் நன்கு பலப்படுத்தப்படாவிட்டாலும் மையமாகவும் பான்ஞ்சிம் (*Panjim*) பகுதியிலிருந்து எளிதில் அடையக்கூடிய வழித்தடத்திலும் இருந்தது. மராட்டியர்கள் ஆகஸ்ட் மாதத்தின் மத்தியில் சப்போரா ஆற்றின் தென்பகுதியிலிருந்து வடக்குப் பகுதியிலிருந்த நிலவழியாகவும் பரந்த வயல் வெளிகள் வழியாகவும் பிக்கோலிமிற்குள் நுழைந்தனர்[9]. இவ்வாறு மராட்டியர்கள் பிக்கோலிமில் நுழைந்ததை அப்பகுதி வாழ் மக்கள் அறிந்திருக்கவில்லை. இத்தகவல் தெரியவராமல் அவர்கள் ஏமாற்றப்பட்டோ அல்லது மராட்டியப் படைகளுக்கு ஆதரவு தெரிவிக்கும் வகையில் அத்தகவல் மறைத்தோ வைக்கப்பட்டிருந்தது[9].

ஆகஸ்ட் மாத முடிவில் மராட்டியக் காலாட்படை கன்சர்பால் (*Kansarpal*) மற்றும் லட்டம்பர்செம் (*Latambarcem*) நகர்களையும் மற்றொரு சிறிய படை அருகிருக்கும் ஸல் (*Sal*) பகுதியையும் தாக்கியது. இந்த இரு ஊர்களும் முக்கியமான இந்து மதம் மற்றும் இந்துக் கலாச்சாரத்தின் மையங்களாகும்[9,15]. இந்துக்கள் பெரும்பான்மையாக இருக்கும் அப்பகுதி அதிக எதிர்ப்பினைக் காட்டவில்லை. அதனால் போரில் மிகக் குறைவான இழப்புகளுடன் அப்பகுதியைக் கைப்பற்றிய மராட்டியப் படைகள், அதனை மேலும் பலப்படுத்தித் தங்கள் படைத்தளமாக மாற்றிக் கொண்டன.[9] சந்தடியின்றி நிகழ்ந்த இந்த மராட்டியப்படையின் ஆக்கிரமிப்பு பிக்கோலிம் நகரிலிருந்த நிகொலு டி மெல்லோ (*Nicolau de Mello*) வின் கவனத்திற்கு வர ஒரு வார காலம் ஆனது. ஆனால் வாஸ்கோடகாமா நகருக்கும் இப்ரம்பூர் மற்றும் அலோர்னா கோட்டைப் பகுதிகளிலிருந்த போர்த்துக்கீசியப் படைகளுக்கும் இத்தகவல் கிடைக்க மேலும் அதிக காலம் ஆனது.[9]

மராட்டியப்படை தோடமார்க் (*Dodamarg*) பகுதியிலிருந்து பார்டஸ் (*Bardez*) இன் எல்லைப்பகுதி வரை சென்ற நெடுஞ்சாலையையும் அச்சாலைக்கும் சப்போரா ஆற்றிற்கும் இடையே உள்ள அனைத்துப் பகுதிகளையும் தனது கட்டுப்பாட்டில்

வைத்திருந்தது.[9] செப்டம்பர் மாதம் 10ஆம் நாள் அலோர்னாவின் மேற்குப் பகுதியிலிருந்த பாலம் வழியாகப் போர்த்துக்கீசியப் படையினர் சப்போரா ஆற்றைக் கடந்தனர்.[9] அவர்கள் உளவு பார்த்த பொழுது மராட்டியக் காலாட்படைகள் ஆற்றின் தெற்குப் பகுதியில் ரோந்து செய்வது தெரிய வந்தது, இதனால் நள்ளிரவில் போர்த்துக்கீசியப் படை ஆற்றைக் கடந்தது. இரவில் நடக்கும் ஆயுதத்தாக்குதல் திறனற்றதாகவும் ஆபத்து நிறைந்ததாகவும் இருக்கும் என எதிர்பார்க்கப்பட்டது.[9] ஓசையின்றி முன்னேறிய போர்த்துக்கீசியப் படையினர் கன்சர்பாலுக்கு வடக்கிலிருந்த மராட்டியர்களின் படைத்தளத்தை அதிகாலையில் தாக்கினர். எனினும் இறுதியில் மராட்டியப் படை போர்த்துக்கீசியர்களைப் புடைசூழ்ந்த பொழுது வேறு வழியின்றி அவர்கள் ஆயுதங்களை ஒப்படைத்துச் சரணடைந்தனர்.[9]

போர்த்துக்கீசியர்களின் இந்தத் தோல்வி போராட்டத்தில் ஒரு மிக முக்கியத் திருப்பமாக மாறியது. அவர்களுக்குச் சாதகமாக இருந்த நிலை பறிபோனதுடன் ஆயுதங்களையும் இழந்தனர். கோவாவிலிருந்து முன்னர் மராட்டியர்களை விரட்டிய படைகளும் அலோர்னா கோட்டையிலிருந்த தங்கள் ஆயுதக் கிடங்கைக் கைவிட நேர்ந்தது. மராட்டியர்கள் மீண்டும் எல்லைப்பகுதியிலிருந்து மற்றொரு தாக்குதலை மாலிங்கும் (Maulinguem) மீது நிகழ்த்தினார்கள். அப்பகுதியில் இந்து மக்கள் பெரும்பான்மையாக இருந்ததாலும் அவர்கள் மராட்டியர்களை ஏற்றுக்கொண்டதாலும் தாக்குதல் சுலபமாகி மீண்டும் மராட்டியர்களுக்கு வெற்றியைத் தேடித்தந்தது.[9]

போர்த்துக்கீசியர்கள் பிக்கோலிம், லம்கவோ (Lamgao), முல்கவான் (Mulgaon), வதாடியோ (Vathadeo) மற்றும் மராட்டியப் பேரரசிற்கும் சட்டாரி (Satari) க்கும் இடைப்பட்ட எல்லைப் பகுதிகளில் அவர்களது படைகளை நிலை நிறுத்தினர்.[9] மராட்டியர்களுக்குப் பிக்கோலிம் மக்களிடம் இருந்த ஆதரவை நன்கறிந்திருந்த அவர்கள் பிக்கோலிம்மில் இருந்த மராட்டியர்களை நேரடியாகத் தாக்குவதைத் தவிர்த்தனர். போர்த்துக்கீசியர்கள் தங்கள் படைகளை நிறுத்தி, பாதுகாப்பினைப் பலப்படுத்தி இருந்த ஊர்களில் இந்துக்களின் எண்ணிக்கை குறைவாக இருந்தது. அதனால் அவை மராட்டியர்கள் வசம் இழக்கப்படும் வாய்ப்பும் குறைவாக இருந்தது.[9] அக்டோபரில் வதாடியோ தாக்கப்பட்டபொழுது மீண்டும் போர் துவங்கியது.[9]

வதாடியோவிற்காக நிகழ்ந்த போர் விரைவில் முடிந்துவிட்ட ஒன்று என்றாலும் கோவாவில் போர்த்துக்கீசியர்களின் ஆளுமையை நிர்ணயிக்கும் முக்கியத்துவம் வாய்ந்ததாக அப்போர் அமைந்தது.

வதாடியோ அமைந்திருந்த இடத்தின் முக்கியத்துவத்தினால் மராட்டியர்கள் வதாடியோவைக் கைப்பற்றுவது பிக்கோலிம் நகரைத் தங்கள் கட்டுப்பாட்டிற்குள் கொண்டுவர உதவும் எனக் கருதினார்கள். போர்த்துக்கீசியர்கள் அந்நகரைச் சுற்றித் தேவையான பாதுகாப்பை அமைத்திருந்தபோதிலும் அந்நகருக்கென பாதுகாப்பிற்காக நிரந்தரப்படை இல்லாமல் இருந்தது.⁹ வதாடியோவைக் காக்க 'ஆல்பர்ட் பின்ட்டோ' பேர்நெமில் இருந்து பிக்கோலிமிற்கு வரவழைக்கப்பட்டார்.⁹ எதிர்பார்த்தவாறே மராட்டியர்கள் வடக்கிலிருந்து வதாடியோவைத் தாக்கினர். போர்த்துக்கீசியர்கள் உடனடியாக பீரங்கித் தாக்குதல் மூலம் பதிலடி கொடுத்தனர்.⁹ இத்தாக்குதலால் மராட்டியக் குதிரைப்படை சிதறுண்டது. தொடர்ந்து முன்னேறிய மராட்டியக் காலாட்படைக்கும் சிறிது இழப்பு நேர்ந்தது.⁹ போர்த்துக்கீசியர்களின் பீரங்கித் தாக்குதலின் குறி திறம்பட அமையாததால் மராட்டியக் குதிரைப்படையை அழிக்க முடியாது போனது.⁹

போர்த்துக்கீசியர்கள் வதாடியோவின் வடக்குப்புற எல்லையைக் காக்கும் வகையில் படைகளை நிறுத்தினர். குதிரைப்படைகள் போர்த்துக்கீசியர்களை நெருங்கித்தாக்கி இழப்புகளை ஏற்படுத்த உதவும் வகையில் மராட்டியக் காலாட்படை அவர்களை எதிர்கொண்டது.⁹ ஆனால் மோதல் துவங்கியவுடன் போர்த்துக்கீசியர்கள் மராட்டியர்களின் பாதுகாப்பு வளையத்தை விரைவில் உடைத்து மராட்டியர்களைத் தாக்கி அவர்களுக்குப் பெரும் அழிவை உண்டாக்கினர். இதன் விளைவாக மராட்டியர்களின் போர்த்திட்டம் சிதைந்ததுடன் அவர்களது காலாட்படைக்கும் அதிக இழப்பு ஏற்பட்டது. படைத்தளபதிகள் கொடுத்த திறனற்ற கட்டளைகளால் மராட்டியக் குதிரைப்படை போர்த்துக்கீசியர்களின் எதிர்த்தாக்குதலைத் தடை செய்யக் காலதாமதம் ஆனது.⁹

வதாடியோவின் வட முனையில் நிகழ்ந்த இப்போர்தான் பிக்கோலிம் போரில் தீவிரமான ஒன்று. தொடர்த் தீவிரத்தாக்குதல்களும் இரு பக்கங்களுக்கும் ஏற்பட்ட சம அளவு இழப்புகளும் தாக்குதல் நிகழ்ந்த நாளில் பெரும்பான்மையாக இருந்தன.⁹ இறுதியில் இருள் கவிழத் தொடங்கியதும் ஆல்பர்ட் பின்ட்டோ தனது போர்த்துக்கீசிய வீரர்களை முன்னேறுவதை நிறுத்துமாறும் வதாடியோவிற்குத் திரும்புமாறும் கட்டளையிட்டார்.⁹ இப்போரின் இழப்பினைப் பற்றிய தகவல்களை வரலாற்றில் மராட்டியர்களோ, போர்த்துக்கீசியர்களோ குறிப்பிடாவிட்டாலும் இழப்புகள் அதிகம் நிகழ்ந்ததாகக் கருதப்படுகிறது.⁹ இப்போரில் நிகழ்ந்த

இழப்பினை அடிப்படையாகக் கொண்டு இப்போரில் யார் வெற்றி பெற்றார்கள் என்பதைத் தீர்மானித்துவிடக்கூடும் என்பதினால் இரு தரப்பினரும் தங்களுக்கு நேர்ந்த அதிக இழப்புகளை ஒப்புக்கொள்ளத் தயங்கியிருக்கலாம் என 'டேவிட் டிஸோசா' கருதுகிறார்.[11]

போர்த்துக்கீசியர்களின் பீரங்கிப்படைகளின் தாக்குதலைத் தவிர்க்கும் பொருட்டு மறுநாள் மராட்டியர்கள் மீண்டும் விடிவதற்கு முன்னரே வடக்கிலிருந்து தாக்கத் தொடங்கினர்[9]. அதிகாலையில் தாக்குதல் வெற்றிகரமாகத் துவங்கினாலும் மீண்டும் மராட்டியர்களின் திட்டம் தோல்வியுற்றது. ஆல்பர்ட் பின்ட்டோவின் ராணுவத் திறமை மராட்டியர்களின் சாதக நிலையை முறியடித்து அவர்களை வடக்கு நோக்கித் துரத்தியது. ஆல்பர்ட் பின்ட்டோவின் திறமையான அணுகுமுறை மற்றும் வழிநடத்துதலால் போர்த்துக்கீசியப்படைகளுக்குக் குறைவான சேதம் விளைந்தது.[9] ஆனால் மராட்டியக் குதிரைப்படையினர் திறமையாக தெற்கு நோக்கி முன்னேறி நகரிலிருந்த போர்த்துக்கீசியப்படையினரையும் தாக்கத் துவங்கினர்.[9] மராட்டியக் குதிரைப்படையின் தீவிரத்தாக்குதலால் போர்த்துக்கீசியர்களின் பெரும்பான்மையான படை அவர்கள் கட்டுப்பாட்டிற்குள் இருந்தாலும் அவர்கள் வேறு வழியின்றி வதாடியோவில் சரணடையும் நிலை ஏற்பட்டது.[9]

போரின் நிலையை உணர்ந்த ஆல்பர்ட் பின்ட்டோவிற்குக் கோபும் ஏற்பட்டாலும் வெள்ளை நிறச் சமாதானக் கொடியை உயர்த்தி வதாடியோவிற்குள் பின்வாங்க நேர்ந்தது.[9] ஆனால் படைகள் பின்வாங்குதல் ஆல்பர்ட் பின்ட்டோவின் திறமையின் காரணமாக ஒழுங்குமுறையான கட்டுப்பாட்டுடன் படைகளின் இழப்பைக் குறைக்கும் வகையிலிருந்தது. இக்காரணத்தினால் பின்வாங்கி நகருக்குள் நுழைய இரவாகிவிட்டது.[9] மராட்டியர்களின் எண்ணிக்கை குறைவாக இருந்தாலும் அவர்கள் திறமையாகத் திட்டமிடப்பட்டு ஆல்பர்ட் பின்ட்டோவின் படைகளைத் தாக்கத் தயாரான நிலையில் முக்கிய இடங்களில் நிறுத்தப்பட்டனர்.[9] இவ்வாறு படைகள் நகர்த்தப்பட்டதால் மராட்டியர்களின் குதிரைப்படை வதாடியோவின் வடக்குப் பகுதிக்குத் தள்ளப்பட்டது. இரு தரப்பினரும் வெற்றி உறுதி என நம்பியதால் போர் நள்ளிரவு வரைத் தொடர்ந்தது.[9] ஆனால் இறுதியில் சோர்வடைந்த போர்த்துக்கீசியப் படையினர் நகரின் தென்பகுதிக்குப் பின்வாங்கிய பின்பு அப்பகுதியைப் பலப்படுத்திக் கொண்டு நகரின் வட பகுதியை மராட்டியர்களின் கட்டுப்பாட்டிற்குள் விட்டு விட்டனர்.[9]

இவ்வாறு ஊர் இரண்டுபட்ட பிறகு மராட்டியர்கள் குடிமக்களை நகரின் இருபகுதிகளுக்கும் தடையின்றிப் போய்வர அனுமதித்தனர். மராட்டியர்களின் அடிப்படை நோக்கத்தை உணர்ந்த ஆல்பர்ட் பின்ட்டோ ஊரடங்குச் சட்டம் போன்ற முறையினை அமல்படுத்தி தனது படையின் ஒரு பகுதி வீரர்களை நகரமக்களைக் கண்காணிக்கும் பொறுப்பில் ஈடுபடுத்தினார். குறிப்பாக உயர் ஜாதி இந்துக்கள் எனப் பின்புலம் கொண்ட பிரிவினர் தீவிரமாகக் கண்காணிக்கப் பட்டனர்.[9] இக்குடிமக்கள் நகரின் வடபகுதிக்குச் சென்று மராட்டியப் படையைச் சந்தித்து மராட்டியர்களுக்கு ஆதரவாகச் செயல்படுவார்கள் என்று சந்தேகிக்கப்பட்டது.[9] இந்தச் சந்தேகத்தில் சிறிது உண்மையும் இருந்தது. மறுநாள் மதியம் இருதரப்புப்படையும் இக்கட்டான செயலிழந்த நிலையில் இருக்கும் பொழுது வடபகுதியிலிருந்து வந்த குடிமக்களின் கூட்டமொன்று போர்த்துக்கீசியர்களின் ஆயுதங்களைக் கொள்ளையடிக்கத் துணிந்தது. இவர்கள் கையும் களவுமாகப் பிடிபட்டதும் கடினமான முறையில் தண்டிக்கப்பட்டு, சிறையிலடைக்கப்பட்டு, அவர்களின் துரோகச்செயலுக்காக 'வாஸ்கோடாகாமா' நகருக்குத் திருப்பி அனுப்பப்பட்டனர்.[9] எனினும் போர்த்துக்கீசியர்களின் இந்த நடவடிக்கை வதந்தியாக விரைவில் மக்களிடையே பரவி குடிமக்களிடையே அமைதி குறைந்த காரணத்தினால் போர்த்துக்கீசியர்கள் குடிமக்கள் தென்பகுதிக்கு வருவதையே தடை செய்துவிட்டனர்.[9,11] இந்நிலை ஏற்படக் காரணம் மராட்டியர்கள் வதந்திகளை மிகைப்படுத்தியதால் ஏற்பட்டதன் விளைவு என 'டேவிட் டிஸோசா' கருதுகிறார்.[11]

நிலைமை எதுவாயினும் நகரின் வடபகுதிக்கும் தென் பகுதிக்குமிடையே இருந்த இருவேறுபட்ட இறுக்கமான சூழ்நிலை மக்களிடையே அமைதியின்மையை அதிகப்படுத்தியது.[9] மராட்டியர்களின் கட்டுப்பாட்டிலிருந்த நகரின் வடபகுதியில் மக்களின் இயல்பு வாழ்க்கையில் பாதிப்பு ஏதும் ஏற்படவில்லை. ஆனால் போர்த்துக்கீசியர்களின் கட்டுப்பாட்டிலிருந்த தென்பகுதியில் வசதிபடைத்த, சலுகை அளிக்கப்பட்ட ஒரு சிலரைத்தவிர பெரும்பாலான குடிமக்கள் வீட்டிற்குள் முடங்கிக் கிடக்கும் நிலை ஏற்பட்டது.[9] மறுநாள் மராட்டியர்கள் தங்கள் காலாட்படையை நகர்த்திப் போர்த்துக்கீசியர்களைத் தாக்கியவாறு முன்னேறத் துவங்கினர். போர்த்துக்கீசியர்களும் தங்கள் படைகளை ஒருங்கிணைத்துப் பதிலுக்குத் தாக்கி மராட்டியர்களின் காலாட்படையைப் பின் வாங்கச் செய்தனர்.[9] மராட்டியர்கள் மேலும் வேகமாக முன்னேறி இருந்திருக்கலாம் ஆனால் அவர்கள் மிகவும் புத்திசாலித்தனத்துடன் ஒவ்வொரு வீட்டிற்குள்ளும் நுழைந்து குடிமக்களிடம் அவர்கள் விடுதலை அடைந்துவிட்டனர் என்று கூறுவதில் நேரத்தைச் செலவழித்தனர்.[9]

போர்த்துக்கீசியர்கள் தங்கள் பகுதியைக் கட்டுப்பாட்டிற்குள் கொணர்ந்த பின்பு குடிமக்களை அவர்கள் வீட்டிற்குள் செல்லுமாறு கட்டளையிட்டனர்.[9] குடிமக்கள் வீட்டிற்குள் செல்வதற்குப் பதிலாகப் போர்த்துக்கீசியப் படையை எதிர்த்துக் கலவரம் செய்யத் தொடங்கியதால் வதாடியோ நகரின் தென்பகுதியின் கட்டுப்பாடு நிலைகுலையத் துவங்கியது.[9] இவ்வாறு போர்த்துக்கீசியப்படை கலவரத்தைக் கட்டுப்பாட்டிற்குள் கொண்டுவருவதில் தங்கள் கவனத்தைச் செலுத்திக் கொண்டிருந்த பொழுது, இரவில் மீண்டும் மராட்டியர்கள் எதிர்பாராத வகையில் தாக்கத் தொடங்கினர். விரைவாகவும் தீவிரமாகவும் நிகழ்த்திய தாக்குதலின் முடிவில் மராட்டியர்கள் நகரின் தென்மேற்கில் உள்ள மிகச்சிறிய பகுதிக்குள் போர்த்துக்கீசியர்களை ஓரங்கட்டினார்கள்.[9]

ஆல்பர்ட் பின்ட்டோ தனது படையினரை வதாடியோ நகரின் தென்பகுதியில் உள்ள சாலைக்குப் பின்வாங்கச் செய்தார். இதன் மூலம் மறுநாள் காலையில் நகரை முற்றுகையிடலாம் என்பது அவர் திட்டமாக இருந்தது.[9] போர்த்துக்கீசியப் படையினருக்கு வதாடியோ நகரை அவர்கள் கண்காணிப்பில் வைத்திருக்குமாறு 'வாஸ் கோடா காமா' நகரிலிருந்து புதிய கட்டளைகள் வந்தன.[9] இரு நாட்களுக்குப் பிறகு போர்த்துக்கீசியர்கள் நகருக்குள் செல்லும் விநியோக வழிகளைத் துண்டித்தனர்.[9] அவர்கள் மக்களை நகர எல்லையிலிருந்த வயல்களுக்கும் செல்லவிடாது தடுத்தனர். இதனால் எதிர்பாராத முற்றுகை போன்ற சூழ்நிலைக்குத் தயாராகாத மக்கள் உணவின்றித் துன்புற்றனர்.[9] நவம்பர் மாதத் தொடக்கத்தில் மக்கள் வதாடியோ நகரிலிருந்து வெளியேறி போர்த்துக்கீசியர்களுக்கு அடிபணிந்தனர். அவர்களில் சிலர் துரோகிகள் எனக் குற்றம் சாட்டப்பட்டு கைது செய்யப்பட்டனர். அவர்களைத் தவிர்த்து நகரை விட்டுச் சுதந்திரமாக வெளியேற அனுமதிக்கப் பட்டவர்களில் பெரும்பான்மையோர் கத்தோலிக்கப் போர்த்துக்கீசியப் பிரிவினராவார்கள்.[9,11,16]

எழுச்சியின் துவக்கம்:

மராட்டியர்கள் மேலும் படைகளை அனுப்பிப் போரிட இயலாத சூழ்நிலைக்குத் தள்ளப்பட்டனர். அவர்கள் விரைவாகவும் திறம்படவும் முன்னர் நிகழ்த்திய போர்களுக்கு எதிர் மாறாக இப்போரில் போர்த்துக்கீசியர்களின் அதிநுட்பப் போர்க்கருவிகளின் தாக்குதலைத் தவிர்ப்பதற்கு அதிக காலம் எடுத்துக்கொள்ள வேண்டியதாக இருந்தது.[9] மராட்டியர்களின் படை வதாடியோவில் முற்றுகையில் சிக்கித்தவித்தது. அவர்கள் தங்களுக்கு அதிக இழப்புகளைத் தரும் நடவடிக்கைகளைத் தவிர்க்க எண்ணி சூழ்நிலை சாதகமாக மாறும் காலத்தை எதிர்நோக்கி இருந்தார்கள்.[9]

ஆனால் போர்த்துக்கீசியர்கள் வதாடியோ நகரில் வாழ்ந்த இந்துக்களைக் கைது செய்ததும் அவர்களை அடக்குமுறைக்கு உட்படுத்தியதும் அருகில் உள்ள கோவாவின் கிராமப் பகுதிகளுக்கு வெகு வேகமாகப் பரவியது.[16] டிசம்பர் மாதத் தொடக்கத்தில் போர்த்துக்கீசியர்களின் விருப்பத்திற்கு மாறாக மராட்டியர்களுடன் இணைந்த வதாடியோ மக்கள் படுகொலைகள் செய்யப்பட்டதாக மிகைப்படுத்தப்பட்ட வதந்திகள் உருவெடுத்துக் கதைகள் பரவ ஆரம்பித்தன.[11] இப்ரம்பூர் நகரில் முதலில் பெரிய எதிர்ப்பு தோன்றியது. இப்ரம்பூர் முதலில் மராட்டியர்களுக்கு ஆதரவு தெரிவித்தாலும் இப்பொழுது அவர்கள் போர்த்துக்கீசியர்களின் பலத்த கட்டுப்பாட்டின் கீழ் இருந்தார்கள்.[9] இப்ரம்பூர் மக்கள் தங்கள் பணிகளை விட்டுவிட்டுப் போர்த்துக்கீசியப் படைகளை எதிர்க்க முனைந்தார்கள். ஆயுதமற்ற கலகக்காரரர்கள் நிகழ்த்திய இந்த எதிர்ப்பைப் போர்த்துக்கீசியர்கள் வானை நோக்கிச் சுட்டுப் பலரைக் கதிகலங்கச் செய்தாலும் அடங்காது தொல்லைகள் கொடுத்தவர்களைச் சிறையிலடைத்தும் சுலபமாகக் கலவரத்தை அடக்கி நகருக்கு அதிகம் சேதம் விளைவிக்காத நடவடிக்கைகளை மேற்கொண்டனர்.[9] இப்ரம்பூருக்கு வடக்கிலிருந்த அன்கோனம் *(Anconem)* நகருக்கும் இதேகதிதான் ஏற்பட்டது.[9]

எனினும் அலோர்னா கோட்டைக்கு வடக்கில் உள்ள தற்றாடிங்கம் *(Tatradingam)* என்ற குக்கிராமத்தின் மக்கள் கோட்டைக்கு ஊர்வலமாகச் சென்று போர்த்துக்கீசியர்கள் பேர்நேம்மை *(Pernem)* மராட்டியர்களிடம் ஒப்படைக்க வேண்டும் என நிர்ப்பந்தித்தார்கள். இதன் விளைவாகச் சிறிய சண்டையும் நிகழ்ந்தது.[9] அத்துமீறிக் கோட்டைக்குள் நுழைந்த கிராம மக்களிடம் போர்த்துக்கீசியப் பிரதிநிதிகள் எந்த உடன்படிக்கையையும் மேற்கொள்ளவில்லை. இது இராணுவத் தளத்தின் மீது நிகழ்த்தப்பட்ட அத்துமீறிய ஊடுருவல் என்பதால் கோட்டையின் தளபதி மக்களைத் தாக்க முடிவெடுத்துச் சிலரைக் காயமுறவும் செய்தார்.[9] அவர் கட்டளையின் கீழ் அதி உற்சாகமாகத் தாக்கிய படையினர் மக்களில் பெரும்பகுதியினரை மரணக் காயங்கள் ஏற்படும் அளவிற்குத் தாக்கினர். காயமடைந்தோரால் சரியான நேரத்தில் சிகிச்சை பெற்றுக் கொள்ளவும் இயலாது போனது.[9] டி ஆல்பெகுயிர்கேவும் *(De யார்? Albequerque)* படைத்தளத்தைப் பாதுகாக்க இத்தாக்குதல் அத்தியாவசியம் என்ற கண்ணோட்டத்துடன் இந்தத் தாக்குதலை அணுகியதால் இந்த வன்முறையை அவரும் கண்டிக்கவில்லை.[9]

பிக்கோலிம் நகர மக்கள் டி மெல்லோ *(D'Mello)* தங்கியிருந்த அரசு மாளிகையைச் சூழ்ந்துகொண்டு இந்தப் படுகொலைகளை நிறுத்தச் சொல்லிப் போராட்டம் நடத்தினார்கள்.[9] ஆனால்

டி மெல்லோ சர்ச்சைக்குரிய விதத்தில் படைகளிடம் நகரில் ஊரடங்கு உத்தரவை நிறைவேற்றக் கட்டளையிட்டார்.[9] இந்த ஊரடங்கு உத்தரவு அதிகப்படைகளின் கண்காணிப்பின் கீழ் பிக்கோலிமின் பிற பகுதிகளுக்கும் நீட்டிக்கப்பட்டது.[9] சிரிகவோ *(Sirigao)* பகுதியில் துவங்கிய மற்றொரு புரட்சி எழுச்சி பிக்கோலிம் பகுதி முழுமையிலுமே (போர்த்துக்கீசியர்களின் கட்டுப்பாட்டிற்குள் அடங்கிய பகுதிகளில்) அவசர நிலைப்பிரகடனத்தை அறிவிக்கும்படி செய்தது[9]. பேரிநேமின் கிழக்குப்பகுதியும் இராணுவத்தின் அவசரக்காலச் சட்டத்தின் கீழ் கொண்டுவரப்பட்டது.[9]

டிசம்பர் மாத இறுதியில் கிறிஸ்துமஸ் பண்டிகையை எதிர்நோக்கி இருக்கும்பொழுது பார்டெஸ் *(Bardez)* நகரின் ட்ராவிண்டா *(Dravinda)* பகுதியில் ஐந்திலிருந்து பத்து இந்துக்கள் அடங்கிய ஒரு குழுவினர் நகரில் உள்ள வீடுகளுக்குத் தீ வைத்தனர். அவர்கள் கோவாவைச் சுதந்திரமடையச் செய்து மராட்டியர்களிடம் ஒப்படைக்கப் போவதாக அறிவித்தார்கள்.[11] இத்தாக்குதல் மோசமான பழிவாங்கும் எதிர் விளைவை ஏற்படுத்தியது. போர்த்துக்கீசியர்கள் இந்த ட்ராவிண்டா கலகக் கும்பலைச் சுற்றி வளைத்தனர். இவர்களுடன் சேர்ந்து சதி செய்தவர்களையும் இப்போராட்டக் குழுவினரையும் தண்டிக்கும் பொருட்டு பொதுமக்கள் முன்னிலையில் அவர்களைத் தூக்கிலிட்டனர்.[11]

புத்தாண்டு பிறந்ததும், போர்த்துக்கீசியர்கள் மவுலிஞ்சியம் *(Maulinguem)* பகுதியில் மராட்டியர்களின் கட்டுப்பாட்டின் கீழிருந்த சிறுபகுதியைத் தாக்கினர்.[9] வெற்றிகரமான இத்தாக்குதலின் இறுதியில் அதிக இழப்பின்றி நகரைக் கைப்பற்றினர்.[9] மீண்டும் துரோகிகள் என்று குற்றம் சாட்டி மேலும் சில குடிமக்களைக் கைது செய்தனர்.[9] பிக்கோலிமில் தாங்கள் இழந்த பகுதியைக் கைப்பற்றும் எண்ணத்தில் போர்த்துக்கீசியர்கள் முன்னேறினார்கள். தங்கள் கைவசமிருந்த பகுதிகள் போர்த்துக்கீசியர்கள் வசம் செல்லத் தொடங்கியதும் மராட்டியப்படைகள் கோவாவை விட்டு வெளியேற நேர்ந்தது.[9] எனினும் மேலும் பல மராட்டியப் படையினர் எல்லையில் ஒருங்கிணைந்து மீண்டும் தாக்குதலைத் தொடங்கும் வாய்ப்பினை எதிர்நோக்கி இருந்தனர்.[9] அந்நிலையில் கோவாவில் மராட்டியர்களின் கட்டுப்பாட்டிலிருந்த ஒரே பகுதி வதாடியோ மட்டுமே.[9] அங்கும் மராட்டியப்படை இரண்டு மாதங்களாக முற்றுகைக்குக் கீழ் இருந்ததால் தீவிர மராட்டிய ஆதரவாளர்களும் அமைதியை இழக்கத்துவங்கினர்.[9]

சமாதான உடன்படிக்கை:

வதாடியோவில் மராட்டியர்களின் உணவுக்கிடங்குகள் போர்த்துக்கீசியர்களால் நாசப்படுத்தப்பட்டன. இது அவர்கள் உறுதியைக் குலைக்கும் இறுதிப் பேரிடியாக இறங்கியது. எனினும் மராட்டியர்கள் தங்கள் கட்டுப்பாட்டில் இருக்கும் வதாடியோ நகர மக்கள் பட்டினி கிடந்து மரணத்தைத் தழுவும் அவலத்தை விரும்பாததால் 1641ஆம் ஆண்டு ஜனவரி மாத இறுதியில் வெள்ளைக்கொடியை உயர்த்திச் சமாதானத்தைத் தெரிவித்துச் சரணடைந்தார்கள்.[9] முதலில் இந்த நடவடிக்கையைச் சந்தேகித்த போர்த்துக்கீசியர்கள் தாக்குதலை எதிர்பார்த்துத் தயாராக இருந்தார்கள். ஆனால் சிறு சிறு குழுக்களாக நகரிலிருந்து வெளியேறிய மராட்டியப்படைகள் எந்த விதத் தீங்கும் இழைப்பதாகத் தெரியவில்லை.[9] போர்த்துக்கீசியர்களும் தங்கள் பங்கிற்கு மராட்டியப் படையினர் நகரைவிட்டுச் சுதந்திரமாக வெளியேற அனுமதித்தனர். உடனடியாகத் தங்கள் ஆயுதங்களை ஒப்புவிக்காத மராட்டியப் படையினரை மட்டுமே அவர்கள் கைது செய்தனர்.[9] மராட்டியப்படை வீரர்கள் போர்த்துக்கீசியர்களைத் தாக்க எண்ணியிருந்தாலும் பலநாள் பட்டினியினாலும் மனவுறுதி குலைந்த நிலையிலும் மிக எளிதில் போரில் தோல்வி அடைந்திருப்பார்கள் என ஸ்ரீநிவாசன் வசந்தகுலன் கருதுகிறார். போர்த்துக்கீசியர்கள் மிக விரைவில் படைகளைப் பலப்படுத்தியதால் மராட்டியர்களைவிடப் போர்த்துக்கீசியப்படையினரின் எண்ணிக்கை நகரில் அதிக அளவு இருந்தது.[9]

பிப்ரவரி மாதத் துவக்கத்தில் மராட்டியப்படைகள் இப்ரம்பூருக்குள் நுழைந்தன. ஆனால் இம்முறை அவர்கள் உடன்படிக்கை மற்றும் ஒப்பந்தப் பேச்சுவார்த்தையும் நடத்தவிருப்பதைத் தெரிவித்தனர். மராட்டியப் போர்க் கைதிகளை விடுதலை செய்ய வேண்டும், மராட்டிய ஆதரவாளர்களாகக் கருதப்பட்ட குடிமக்கள் மீது நிகழ்த்தப்படும் வன்முறைகள் நிறுத்தப்படவேண்டும் என்ற கோரிக்கைகளையும் முன் வைத்தனர்.[9] மராட்டிய மன்னர் சத்ரபதி சிவாஜியே டி' ஆல்பெகுயிர்கேவை நேரில் சந்தித்து சமாதான உடன்படிக்கைக் கோரிக்கைகளைக் குறித்த பேச்சு வார்த்தைகளை நடத்தினார். அந்த உடன்படிக்கையின்படி மராட்டியப் பேரரசுக்கும் போர்த்துக்கீசியர்களின் கோவாவிற்கும் இடையிலான எல்லையையும் அருகிலுள்ள சிற்றரசுகளின் எல்லைகளையும் மராட்டியர்கள் அங்கீகரிப்பதாகத் தெரிவிக்கப் பட்டது.[9] பதிலுக்கு, போர்த்துக்கீசியர்களும் தங்கள் வடபகுதியின் எல்லையை விரிவுபடுத்த முயல்வதில்லை எனவும் முடிவானது.[9]

இந்த உடன்படிக்கை ஏற்பட்டதற்கான காரணங்கள் பற்பல[11,13] மராட்டியர்கள் வதாடியோவில் கைது செய்யப்பட்டிருக்கும் அவர்களது படைவீரர்களை மீட்டு மீண்டும் தங்கள் படையில் இணைத்துக் கொள்ள விரும்பினர். மராட்டியர்கள் தாங்கள் முன் நினைத்திருந்ததைப் போல கோவாவை விரைவான தாக்குதல் மூலம் கைப்பற்றிவிடலாம் என்பது இனி நிச்சயமற்ற நிலை என அறிந்திருந்தனர். அத்துடன் முதலில் திட்டமிட்டபடியே மராட்டியப் பேரரசின் தென் எல்லையை மட்டும் பாதுகாப்பதே போதுமானது என்ற முடிவுக்கும் வந்தனர். இதனால் தெற்கெல்லையில் போரைத் தொடர அவர்களுக்கு விருப்பம் இருக்கவில்லை. இந்த உடன்படிக்கையின் மூலம் இரு அரசுகளுக்கும் இடையே இருந்த மராட்டியர்களின் தெற்கெல்லை முழுவதிலுமே அமைதியான முறையில் பாதுகாப்பினைப் பெற வழி கிடைக்கும்.[11]

போர்த்துக்கீசியர்களின் கண்ணோட்டத்தில் பிக்கோலிமிலும் பேரிநேமிலும் ஏற்பட்டது போன்ற மக்களின் புரட்சிகரமான எழுச்சி விரைவில் மற்ற பகுதிகளுக்கும் பரவி, அந்தச் சூழ்நிலை மராட்டியர்களுக்கு ஆதரவாக மாறிவிடலாம் என்ற அதிகப்படியான அச்சம் இருந்தது. அத்துடன் அவர்களுக்கு மராட்டியர்கள் எல்லைப்பகுதியில் படைகளைக் குவித்துத் தங்களைப் பலப்படுத்திக் கொண்டிருப்பதும் தெரிந்திருந்தது. ஒரே சமயத்தில் மக்களின் எழுச்சிப் போராட்டமும் எல்லையிலிருக்கும் மராட்டியப் படைகளின் தாக்குதல்களும் நிகழ்ந்தால் கோவாவின் வடபகுதி முழுமையையுமே மராட்டியர் வசம் இழக்க நேரிடலாம். அத்துடன் பான்ஞ்சிம் (Pangim) மற்றும் வாஸ் கோடா காமா நகர்களின் பாதுகாப்பான நிலையும் கேள்விக்குறியாகிவிடும் என்பதும் போர்த்துக்கீசியர்களுக்குப் புரிந்திருந்தது.[9,11] ஒப்பந்தப் பேச்சுவார்த்தை நிகழ்ந்த பொழுதே மராட்டியர்களும் தங்களால் இப்ரம்பூரை எந்தவித எதிர்ப்புமின்றி தாக்க முடியும் என்பதையும் போர்த்துக்கீசியர்களின் கவனத்திற்குக் கொண்டு சென்றனர்.[11]

ஒரு சில கோவா குடிமக்களுக்கு இந்த உடன்படிக்கை திருப்தி அளிக்கவில்லை. மராட்டிய எல்லையை விரிவுபடுத்தக் கிடைத்த வாய்ப்பு நழுவிப்போனது அவர்களுக்கு மகிழ்ச்சியைத் தரவில்லை. ஆனால் பெரும்பாலோருக்கு இந்த உடன்படிக்கை ஏற்பட்டது மகிழ்ச்சியையும் திருப்தியையும் தந்தது. மராட்டியர்களுக்கும் போர்த்துக்கீசியர்களுக்கும் ஏற்படும் உடன்படிக்கை மூலம் அமைதி நிலவும் என்றால் தாங்கள் எதிர்கொள்ளும் பாரபட்சமான நடவடிக்கைகள் தொடராது என்று இவர்கள் கருதினர்.[2] போர் கோவாவின் மக்களிடையே தோன்றிய எழுச்சியை நிறுத்தாவிட்டாலும் அதைத் தீவிரமாகக் குறைத்தது. மேலும்

மராட்டியர்களுக்கும் போர்த்துக்கீசியர்களுக்கும் இடையே நிகழ்ந்த இந்தப் போராட்டம் போர் என்ற முறையில் வரலாற்றில் எங்குமே குறிப்பிடப்படவில்லை என்பதையும் கவனத்தில் கொள்ள வேண்டும். இதற்குக் காரணம் இருதரப்பினருமே தாங்கள் போர் நிகழ்த்துவதாக வெளிப்படையாக அறிவிக்கவே இல்லை. ஆயினும் மராட்டியர்களும் போர்த்துக்கீசியர்களும் ஒருவரையொருவர் தாக்கவும், போருக்கும் தங்களைத் தயார்ப்படுத்திய வண்ணமே இருந்தனர்.[9]

வரலாற்றுச் சிறப்பு:

இந்தச் சிறப்பு மிக்க சமாதான உடன்படிக்கையின் காரணத்தினால் மராட்டியர்களுக்கும் போர்த்துக்கீசியர்களுக்கும் இடையே நம்பிக்கையும் நல்லெண்ணமும் வளர்ந்தன. இதன் காரணமாகவே பிற்காலத்தில் மராட்டியப்பேரரசு மிகவும் வலிமை நிறைந்ததாக இருந்த காலத்திலும் கோவாவை நோக்கித் தனது தெற்கு எல்லையை விரிவுபடுத்த முயலவில்லை. இதனால் போர்த்துக்கீசியர்கள் கட்டுப்பாட்டிலேயே கோவா தொடர்ந்து இருந்து வந்தது. பின்னர் இந்தியாவின் நடுவண் அரசின் ஒன்றிய ஆளுமைப்பகுதிகளில் ஒன்றாக 1961இல் இணைத்துக் கொள்ளப்பட்டது.[17] தற்கால கோவா தனக்கென ஒரு அரசாங்கமும் கலாச்சாரமும் கொண்டு தன்னுரிமை பெற்று இந்தியாவின் ஒன்றிய ஆளுமைப் பகுதியாக விளங்கி வருகிறது.

கலாச்சார சிறப்பு:

இந்தப் போர் மிகக் குறுகியது. இதன் தாக்கமும் போரின் இழப்புகளும் சேதங்களும் மிகக் குறைவு. இதன் காரணமாக வரலாற்று ஆசிரியர்களின் கவனத்தையோ, திரைப்படத் தயாரிப்பாளர்களின் கவனத்தையோ இது சற்றும் ஈர்க்கவில்லை. 1921ஆம் ஆண்டு வெளிவந்த ஃபிராங்க் மெக்காலஸ் (Frank McCallus) எழுதிய புதினமொன்றில் விவரிக்கப்பட்ட இந்தியப்புரட்சி பற்றிய நிகழ்ச்சியில் பிக்கோலிம் போர் போன்ற நிகழ்ச்சிகளின் குறிப்பிடத்தக்கச் சாயல்கள் உள்ளன.[17] மற்றொரு கோவாவின் எழுத்தாளர் விக்டர் டி' ஸோசா 1958 இல் வெளியிட்ட 'கோவாவில் வாழ்க்கை' (*Goan Life, a Book by Victor D' Souza*) என்ற நூலில் கிராமத்தில் வசிக்கும் கிறிஸ்துவக் குடும்பம் ஒன்று மராட்டியப்பேரரசின் மீதுள்ள தங்கள் பற்றுதலை விளக்கிக் கொண்டதாகக் கூறப்பட்டுள்ளது. பெரும்பாலும் இந்தக்கதை பிக்கோலிம் போரினால் ஏற்பட்ட தாக்கத்தினால் அந்த நிகழ்ச்சிகளை அடிப்படையாகக் கொண்டு எழுதப்பட்டிருக்கலாம்.[17]

References:

[1] Thompson, Mark, Mistrust between states, Oxford University Press, London 1996. p 207. ISBN⁹783161784200

[2] Thompson op cit. p 208.

[3] Sakshena, R.N, Goa: Into the Mainstream. Abhinav Publications, 2003. ISBN⁹788170170051

[4] Rule, William Harris, History of the Inquisition, Wesleyan Conference Office, London 1868. ISBN 8189004077

[5] Hunter, William W, The Imperial Gazetteer of India, Trubner & Co, 1886

[6] Thompson op cit. p 199.

[7] Thompson op cit. p 200.

[8] Thompson op cit. p 201.

[9] Srinivasan Vasantakulan, Bharaitiya Struggles, (1000 AD – 1700 AD), Voice of India, 1998. ISBN⁹789132145612

[10] Thompson op cit. p 203.

[11] D'Souza David, Roots of conflict in Portuguese Goa, Dakini Books, 1961. ISBN⁹782354278882

[12] Thompson op cit. p 211.

[13] Thompson op cit. p 212.

[14] Thompson op cit. p 206.

[15] Kansarpal (http://www.hindubooks.org/templesofindia/sarvam_sakti_mayam/goa/kansarpal.htm) Hindu religious and cultural locations

[16] Thompson op cit. p 215.

[17] Thompson op cit. p 219.

Further Reading:

Rule, William Harris, *History of the Inquisition*, Wesleyan Conference Office, London 1868

Thompson, Mark, *Mistrust between states*, Oxford University Press, London 1996

Sakshena, R.N, *Goa: Into the Mainstream*, Abhinav Publications, 2003.

படங்கள் உதவி: விக்கிப்பீடியா

Chapel of St. Catherine, built in Old Goa during the Portuguese occupation Portuguese Goa

அலோர்னா கோட்டை - http://www.portugal-india.com/en/sites/default/files/alorna4.jpg

**என் குறிப்பு:

சிவாஜி பிறந்தது 1630 இல் என்பதையும் அவருக்கு அரசராக முடி சூட்டப்பட்டது அவரது 44 வயதில் (1674இல்) என்பதையும் கவனத்தில் கொள்க. இந்தக் கட்டுக்கதை குறிப்பிடும் காலத்தில் அவர் பதின்ம வயதுச் சிறுவனாகக் கூட இருந்திருக்க வாய்ப்பில்லை.

3. சிந்துவெளியின் குதிரை முத்திரை என்றொரு மோசடி

சிந்து சமவெளி நாகரீகம் ஐயாயிரம் ஆண்டுகளுக்கு முன்னர் தோன்றி மூவாயிரம் ஆண்டுகளுக்கு முன்னர் வரைச் (3300–1300 பொதுக் காலத்திற்கு முன்னர் / பொ.கா.மு / BCE) சற்றொப்ப இரண்டாயிரம் ஆண்டுகள் சிறந்து விளங்கியது. இது இந்தியாவின் வடமேற்குப் பகுதியில் சிந்து ஆற்றங்கரையில் உருவான நகர நாகரீகம். பண்டைய உலகில் புகழ் பெற்று விளங்கியிருந்த சுமேரிய, எகிப்து, சீன நாகரீகங்கள் போன்று வெண்கலக் கால உலகின் சிறந்து விளங்கிய ஆற்றங்கரை நகர நாகரீகம். சுட்ட களிமண் செங்கற்களால் சீரிய முறையில் அமைக்கப்பட்ட கட்டடங்களும் நேரான வீதிகளும் பொதுமக்கள் குழுமும் இடங்களும் நீர்த்தேக்கங்களும் குளமும் திட்டமிடப்பட்டு அமைக்கப்பட்டிருந்த நகரின் கழிவுநீர் வடிகால்களும் நீர்நிலைகளும் வணிக முத்திரைகளும் இன்றைய நாகரீகத்தில் வாழும் பலரையும் கூட வியப்பில் மூழ்கச் செய்யும். சுற்றுச்சூழல் பாதிக்கப்பட்டு நீரற்றுப்போன இந்நகரத்தில் வாழ்ந்த மக்கள் புதிய நீர்நிலைகளைத் தேடி இடம் பெயர்ந்து கங்கைச் சமவெளியில் குடியேறினார்கள் என்றும் சிந்து ஆறு தனது தடத்தை

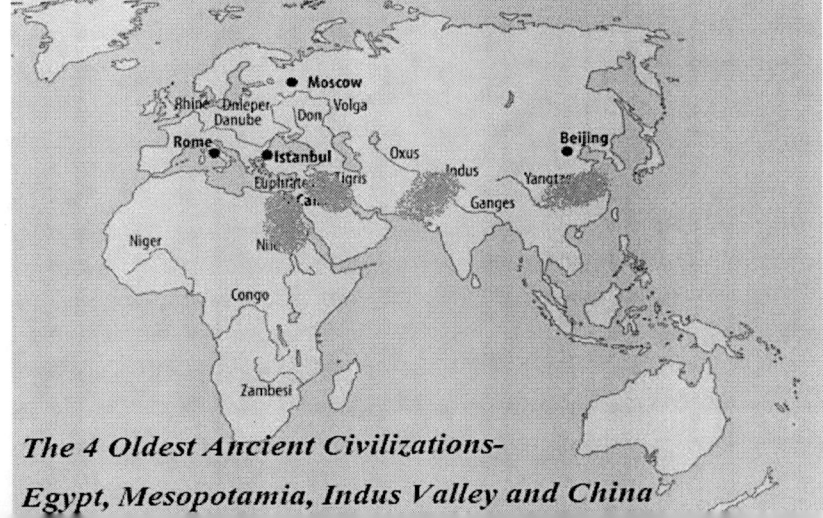

The 4 Oldest Ancient Civilizations- Egypt, Mesopotamia, Indus Valley and China

மாற்றிக் கொண்டதால் நீரற்று உழவுத்தொழில் நலிவடைந்து நகரைக் கைவிட்டு மக்கள் வெளியேறி இந்தியா முழுவதும் பரவினர் என்பதும் ஆய்வாளர்களின் கருத்து.

ஆனால் இன்றுவரையிலும் உண்மையில் என்ன நடந்திருக்கலாம் என்பதை உறுதி செய்ய முடியாத நிலையில்தான் மறைந்துபோன சிந்துசமவெளி நாகரீகத்தின் வரலாறு இருக்கிறது. சிந்து சமவெளி மக்கள் பயன்படுத்திய முத்திரைகளின் எழுத்துக்கள் என்னதான் கூறுகின்றன என்பதும் பொதுமக்கள் மற்றும் ஆய்வாளர்களின் ஆர்வத்தைத் தூண்டிய வண்ணமே இருக்கிறது. கடந்த ஒரு நூற்றாண்டாகச் சிந்து சமவெளிப்பகுதியில் அகழாய்வுகள் தொடர்ந்து நடந்து வருகின்றன. பல தடயங்களும் ஆயிரத்திற்கும் மேலான நகரக் குடியிருப்புகளும் அவற்றில் பல ஆயிரக்கணக்கான மக்களும் வாழ்ந்து வந்தனர் என்பது மட்டுமே இப்பொழுது நமக்கு உறுதியாகத் தெரியும் தகவல். சிந்துசமவெளி நாகரீகத்தில் திராவிடக் கூறுகள் உள்ளன என்பது பெரும்பாலான ஆய்வாளர்கள் முடிவு. சிந்துவெளியின் மறைவுக்குப் பிறகு கைபர், போலன் கணவாய்கள் வழி இந்தியாவிற்குள் ஆரியர் குடியேறினர் என்ற கோட்பாட்டை மறுதலிக்கும் இந்துத்துவ தீவிரவாதிகள் சிந்துவெளி நாகரீகத்தை வேத கால நாகரீகம் என்றும் அது சரஸ்வதி-சிந்து நாகரீகம் என்று அழைக்கப்பட வேண்டும் என்று கூறி வருவதும் ஒவ்வொரு இந்தியரும் அறிந்ததே.

சிந்துவெளிக்கு உரிமை கொண்டாடும் சரஸ்வதி:

இந்தியாவின் 2020 ஆண்டின் நிதிநிலை அறிக்கையை வெளியிட்ட நடுவண் அரசின் நிதித்துறை அமைச்சர் நிர்மலா சீதாராமன் அந்த அறிக்கையில் சிந்துசமவெளிக் குறியீடுகள் படிக்கப்பட்டுவிட்டன என்ற கருத்தொன்றையும் குறிப்பிட்டார். ``சரஸ்வதி சிந்து நாகரீகத்தின் பட்டறைகளும் ஹரப்பன் முத்திரைகளும் குறிப்பிடத்தக்கவை. சரஸ்வதி சிந்து நாகரீகம் சுமார் கி.மு 4000-வது ஆண்டுக்கு முற்பட்டது. குறிப்பாக இந்த முத்திரைகள் கி.மு 3300-வது ஆண்டைச் சேர்ந்தவை. `ஷ்ரேனி' என்றால் `பட்டறை' என்றும் முத்திரையில் காணப்படும் `சேட்டி' எனும் சொல்லுக்கு மொத்த வியாபாரி' என்றும் பொருள், `பொத்தார்'எனும்சொல்லின்பொருள் `கருவூலத்தில்கனிமங்களின் அளவை மதிப்பிடுபவர்' என்று கண்டறியப்பட்டுள்ளது. சரஸ்வதி சிந்து நாகரீகத்திலிருந்து வரும் சொற்கள் அனைத்தும் ஹைரோகிளிஃபிக்ஸ் ஆகும். இதுபோன்ற சுவாரஸ்யமான சொற்கள் மூலம் நாம் வர்த்தகம் மற்றும் வர்த்தகம் தொடர்பான தொழில்துறையை அறிந்துகொள்ள வேண்டும். உலோகம், வர்த்தகம் மற்றும் பலவற்றில் திறமையான திறன்களைக் கொண்ட இந்தியா

ஆயிரக்கணக்கான ஆண்டுகளாகத் தொடர்ச்சியான நாகரீகமாக இருந்து வருவதை வார்த்தைகள் காட்டுகின்றன. பல்லாயிரம் ஆண்டுகளாக இந்தியாவில் இத்தகைய தொழில்கள் இருந்துள்ளது தெரிகிறது. தொழில் முனைவுதான் இந்தியாவின் வலிமை. அதுவே சிந்து-சரஸ்வதி நாகரீகம்" என்று குறிப்பிட்ட அமைச்சர் நிர்மலா சீதாராமன் சரஸ்வதி சிந்து நாகரீகத்தையொட்டிய ஹரப்பா காலத்தைய பகுதியான அகமதாபாத் அருகில் உள்ள லோதலில் சிறப்புமிக்க அருங்காட்சியகம் அமைக்கப்படும் என்றும் அறிவித்தார்.

இந்தியா என்னும் "இந்த நாடு இந்து நாடு. இந்த நாட்டு மக்கள் இந்து மக்கள். இந்த நாட்டின் கலாச்சாரம் இந்துக் கலாச்சாரம். இந்த நாட்டின் தத்துவம் இந்துத்துவம். வேதங்களும் இதிகாசங்களும் உபநிடதங்களும் புராணங்களும் இந்த நாட்டின் பழம் பெருமைகளையும் பாரம்பரியத்தையும் கலாச்சாரத்தையும் விளக்கிக் கூறுவன. சிந்து-சரஸ்வதி நாகரீகம் என்பது நமது வேத நாகரீகமே. இங்கே ஆரிய-திராவிட இன வாதங்கள் வெள்ளையரால் ஏற்பாடு செய்யப்பட்ட பொய்யும் புளுகும் புனைச்சுருட்டும் கலந்த, சற்றும் ஆதாரம் இல்லாத கட்டுக்கதைகள்" என்ற கருத்தினைக் கொண்டவர்கள் இந்து தீவிரவாதிகள். நிதிநிலை அறிக்கையில் சிந்துவெளி நாகரீகத்தை, சரஸ்வதி சிந்து நாகரீகம் என்று மீண்டும் மீண்டும் நிதியமைச்சர் நிர்மலா சீதாராமன் குறிப்பிட்டுக் கொண்டே இருந்தது இந்துத்துவா பிரிவின் கோணத்தை வலியுறுத்தும் முயற்சியன்றி வேறில்லை. சிந்துவெளி நாகரீகம் என்பதை வேதப் பண்பாட்டின் "சரஸ்வதி சிந்து நாகரீகம்" எனப் பெயர்சூட்டிப் பரப்பிக் கொண்டிருப்பது இந்துத்துவவாதிகள் தொடர்ந்து பல ஆண்டுகளாகச் செய்யும் முயற்சிகளில் ஒன்று. அந்த முயற்சியின் அதிகாரப்பூர்வமான குரலாக நிதியமைச்சர் நிர்மலா சீதாராமனின் குரல் அவையில் எதிரொலித்ததாக மதுரை மக்களவை உறுப்பினர் சு.வெங்கடேசன் கண்டனம் தெரிவித்துள்ளார். இதுவரை சிந்துசமவெளிக் குறியீடுகள் படிக்கப்படவில்லை என்பதுதான் உண்மை. அவற்றைப் படிப்பதற்குக் கடந்த ஒரு நூற்றாண்டாக பல்வேறு ஆய்வாளர்கள் முயன்று வருகிறார்கள் என்பதுதான் நிலைமை. இவ்வாறு வலதுசாரி இந்துத்துவாவாதிகள் உருவாக்கிய புரட்டுகளைப் புரட்டிப்போட்ட ஆய்வாளர்களும் உள்ளனர். அவர்களில் குறிப்பிடத் தக்கவர்கள் மைக்கேல் விட்சலும், ஸ்டீவ் ஃபார்மரும்.

சிந்து சமவெளிக் குறியீடுகளைப் படிக்கும் முயற்சிகள்:

மைக்கேல் விட்சல் சமஸ்கிருதம் மற்றும் இந்தியவியல் துறையின் ஆய்வாளர். ஸ்டீவ் ஃபார்மர் அடிப்படையில் உயிர்களின்

நரம்பியல் துறை சார்ந்தவர். மூளை, அதில் தோன்றும் எண்ணங்கள், சிந்தனைவழி உருவாகும் மெய்யியல், மற்றும் மாயையால் உருவாகும் சமயக்கோட்பாடுகள், உலக சமய வரலாறு குறித்த ஒப்பாய்வு, அவற்றை இக்காலத்தின் கணினிவழி ஆராயும் முறை என்று பலதரப்பட்ட வகையில் விரிவான ஆய்வெல்லைகளைக் கொண்டவர். இவர்கள் இருவரையும் இணைக்கும் புள்ளி சிந்துசமவெளிச் சின்னங்களில் இவர்கள் மேற்கொள்ளும் ஆய்வு. ஐராவதம் மகாதேவன், அஸ்கோ பார்போலா, ஜானதன் மார்க் கெனோயர், கிரிகோரி போஷல், பிரியான் வெல்ஸ் போன்றோர் சிந்துசமவெளியின் எழுத்து என்று கூறும் கருத்திற்கு முற்றிலும் மாறாக "சிந்துவெளி குறியீடுகள் ஒரு எழுத்துமுறையே அல்ல, அது மொழி அளவிற்கு வளர்ச்சி அடைந்திருக்கவில்லை" (nonlinguistic symbol systems) என்பதில் ஒத்த கருத்துடையவர்கள் மைக்கேல் விட்சலும் ஸ்டீவ் ஃபார்மரும். அது மட்டுமன்றி இந்துத்துவ கட்டுக்கதைகளைத் தவிடுபொடியாக்கும் வகையில் சிந்து சமவெளி நாகரீக அகழ்வாராய்ச்சியில் கிடைத்த முத்திரைகளுக்கும் இந்து சமயத்திற்கும் ஒரு தொடர்பும் இல்லை. ரிக்வேதம், இந்து சமயம், வேதகால நாகரீகம் ஆகியவற்றுக்கும் சிந்து சமவெளி நாகரீகத்திற்கும் எந்தத் தொடர்பும் இல்லை என்பதும் இவர்கள் முன்வைக்கும் கருத்து. இந்து தீவிரவாதிகள் புனைகதைகள் மூலமும் புரட்டுகள் மூலமும் இந்திய வரலாற்றைக் கட்டமைக்கும் முயற்சியில் ஈடுபடுகிறார்கள் என்று இந்திய வலதுசாரிகளை நேரிடையாகவே குற்றம் சாட்டுபவர்கள் இந்த ஆய்வாளர்கள்.

இந்துத்துவவாதிகளும் தங்கள் பங்கிற்கு, "ஸம்ஸ்க்ருதப் பேராசிரியர்!" விட்சல் ஒரு ஹிந்து விரோதி, அவரது செயல்பாடுகள் இந்திய விரோத நடவடிக்கைகள் ஆகியவைதான் மைக்கேல் விட்சலின் மேதாவிலாசம் மற்றும் யோக்யதாம்சங்கள் என ஹார்வார்ட் பல்கலைக்கழகத்தின் பேராசிரியர் மைக்கேல் விட்சலை கரித்துக் கொட்டுவது வழக்கம். ஸ்டீவ் ஃபார்மர் என்று இவருக்கு ஒரு அடிப்பொடி இருக்கிறார், அவரும் மேற்சொன்ன புனிதப்பணியில் இவருடன் சேர்ந்து கொள்பவர் என்று அவருடன் இணைந்து ஆய்வுப்பணிகளில் ஈடுபடும் கலிபோர்னியா ஆய்வாளர் ஸ்டீவ் ஃபார்மரும் தொடர்ந்து அடுத்துத் தாக்கப்படுவார். இவ்வாறு இந்துத்துவவாதிகளுக்கு எரிச்சல் மூட்டும் வகையில் இவர்கள் என்னதான் செய்துவிட்டார்கள் என்ற கேள்விக்குப் பதில்... இந்துத்துவவாதிகளது 'குதிரைவால் முத்திரை' என்ற வரலாற்றுப்போலியை இவர்கள் தோலுரித்துக் காட்டிவிட்டார்கள் என்பதுதான். இது சுமார் இருபது ஆண்டுகளுக்கு முந்தைய கதை என்பதால் இன்றைய இளைய தலைமுறையினரில் இதை அறிந்திருப்போர் குறைவாக இருக்க வாய்ப்புள்ளது. "ஹரப்பாவில் ஒரு குதிரை விளையாட்டு: சிந்து சமவெளிக் குறியீடுகள்

படிக்கப்பட்டது என்றொரு புரட்டு” என்பதை, “Horseplay in Harappa: The Indus Valley decipherment hoax” என்ற தலைப்பில் இந்து நாளிதழின் ஃப்ரண்ட்லைன் இதழில் எழுதியுள்ளார்கள் மைக்கேல் விட்சலும் ஸ்டீவ் ஃபார்மரும். இந்தக் கட்டுரையை இந்திய வரலாற்றாசிரியர் ரொமிலா தாப்பர் அவர்களும் இந்தியில் மொழி பெயர்த்துள்ளார். பல்லாயிரம் முறை தரவிறக்கப்பட்டு ஆவலுடன் படிக்கப்பட்டதும் நவீன இந்திய அரசியல் வகுப்புகளில் பாடமாக வைக்கப்பட்ட பெருமையும் இக்கட்டுரைக்கு உண்டு. இந்தக் கட்டுரையால் கட்டுடைக்கப்பட்ட இந்துத்துவ வாதிகளின் கட்டுக்கதை என்னவென்பதைப் பார்ப்போம்.

சிந்து சமவெளிக் குறியீடுகளைப் படித்துக்காட்ட வந்த ராஜாராம்:

இந்தியா செய்தி நிறுவனம் 1999 ஆம் ஆண்டில் சிந்துசமவெளியின் குறியீடுகள் கொண்ட 2000 முத்திரைகள் படிக்கப்பட்டுவிட்டதாக ஒரு செய்தியை வெளியிட்டது. தொடர்ந்து ஊடகங்களில் செய்தி வெளியிட்டுப் பரபரப்பாக்கியது. அக்காலத்திலும் பாரதீய ஜனதா கட்சியின் ஆட்சிதான் இந்தியாவில் நடந்து கொண்டிருந்தது. அட்டல் பிஹாரி வாஜ்பாய் பிரதமராக இருந்தார் என்பதையும் கவனத்தில் கொள்ளலாம். ‘தி டிசைஃபார்ட் இண்டஸ் ஸ்கிரிப்ட்’ என ஒரு நூலை நட்வர் ஜா மற்றும் என்.எஸ். ராஜாராம் என்பவர்கள் எழுதி இருந்தனர் (The Deciphered Indus Script: Methodology, Readings, Interpretations; by N. Jha/ Natwar Jha & N. S. Rajaram/Navaratna Srinivasa Rajaram). அதுநாள் வரை பெரிதும் அறிந்திருக்கப்பட்டிராத நட்வர் ஜா வேதங்கள் குறித்த விற்பன்னராக மக்கள் மத்தியில் அக்காலத்தில் அறிமுகமானார். என்.எஸ். ராஜாராம் அமெரிக்காவில் 1980களில் பொறியியல் துறையில் பணியாற்றி 1990களில் இந்துத்துவா பரப்புரையாளர் என்ற வண்ணத்துப் பூச்சியாக உருமாற்றம் பெற்றார். இந்திய வரலாற்றைச் செப்பனிடுவது அவரது பணியாக மாறியது. இந்த நோக்கில் ஏற்கனவே 1995இல் டேவிட் ஃபிராலி என்பவருடன் இணைந்து எழுதிய நூலில் ஆரியர்கள் கடல் வணிகத்தில் சிறந்து விளங்கிய நகர நாகரிகம் கொண்ட மக்கள் என்று குறிப்பிட்டார். கால்நடை வளர்ப்பதையே தொழிலாக, குதிரைகளுடன் நாடோடிகளாகப் புலம் பெயர்ந்து கொண்டிருந்த ஆரியர்கள் என்ற கருத்தை மறுக்கும் நோக்கமும் ஆரியர்களைச் சிந்துசமவெளி நாகரீகத்துடன் இணைக்கும் முயற்சியும் இதன் அடிப்படை. சிந்து நதி நாகரீகம் ரிக் வேத சரஸ்வதி நாகரீகம் என்று காட்டும் முயற்சி என்பதை இந்தியா வரலாறு அறிந்தவருக்குப் புரிவதில் சிக்கல் இருக்காது.

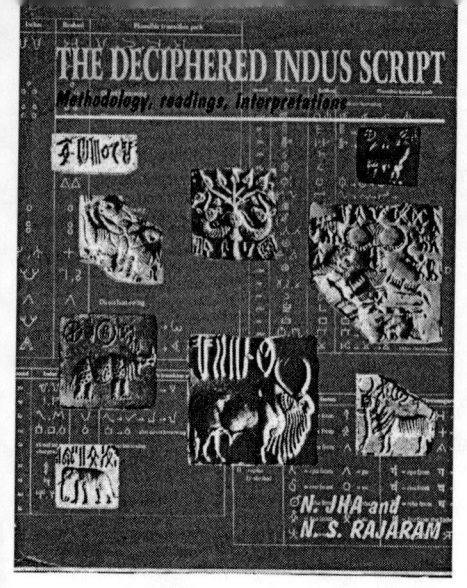

என்.எஸ். ராஜாராம் அவருடைய ‘தி டிசைஃபார்ட் இண்டஸ் ஸ்கிரிப்ட்’ நூலில் மனிதகுல வரலாற்றில் எழுத்து குறித்துக் கிடைத்திருக்கும் மிகமிகத் தொன்மையான தடயம் ஒன்றையும் படித்துள்ளார். பாகிஸ்தானில் கிடைத்த, காலத்தில் மிகத் தொன்மக் குறியீடு என்று அறியப்பட்ட மனித குல வரலாற்றின் முதல் எழுத்துத் தடயம் எனக் கருதப்படும் 5500 ஆண்டுகள் பழமை வாய்ந்த தடயம் ஒன்றில் இருக்கும் எழுத்துக்கள் கூறுவது ‘ஆசீர்வதிக்கப்பட்ட புனித நிலம் சரஸ்வதி நதியால் சூழப்பட்டிருக்கிறது’ (Ilavartate vara) என்ற ரிக் வேதம் குறிப்பிடும் வாசகம் என்று கூறியுள்ளார். ‘சிந்துவெளி-சரஸ்வதி’ நாகரீகம் என்பது ரிக்வேத கால நாகரீகமே உலகிலேயே நாகரிகத்தின் தொட்டில் எனக் கூறினால் அது ‘சிந்துவெளி-சரஸ்வதி’ நாகரீகம் என்றுதான் கூறவேண்டும். இப்பகுதியிலிருந்துதான் கணிதம், வானியல், தத்துவம், அறிவியல் போன்றவை எல்லாம் கிரேக்க, பாபிலோனிய, ஐரோப்பிய, ரோமானிய நாகரீகங்களுக்குப் பரவின என்பதுதான் நூலின் மையக் கருத்து என்று சுருக்கமாகக் கூறலாம் என இந்த நூல் குறித்து மைக்கேல் விட்சலும் ஸ்டீவ் ஃபார்மரும் குறிப்பிடுகிறார்கள். அதாவது இவர்களால் படிக்கப்பட்டு சிந்துவெளி எழுத்துக்கள் கூறுவதாகச் சொல்லப்பட்டவை இந்துத்துவா மக்களின் தேசியக் கனவாகிய கற்பனை அல்லது நம்பிக்கையை உறுதிப்படுத்தும் செய்தி. மேற்கொண்டு இந்தியவியல் ஆய்வாளர்கள் நூலில் என்.எஸ். ராஜாராம் கூறிய எழுத்துக்களைப் படிக்கும் வழிமுறையை ஆராய்ந்ததில் அதில் கூறப்படும் படிக்கும் முறையைப் பின்பற்றுவோமானால் மனதிற்குத் தோன்றும் எதையுமே சிந்துவெளிக் குறியீடுகளில் இருப்பதாகப் படிக்க இயலும், அவ்வளவு ஏன்? தொன்ம ஆங்கில நார்ஸ் செய்திகளைக் கூட அதில் இருப்பதாகக் காட்ட வழியுண்டு என்று ஆய்வாளர் சிலர் கூறியிருக்கிறார்கள்.

அதைவிட, அந்த நூலில் இந்தியவியல்

“Ila surrounds the blessed land”

-reference to the Rigveda's Saraswati river

ஆய்வாளர்களின் கவனத்தை ஈர்த்தது நூல் அளித்த தரவுகளே. சிந்துவெளி நாகரீகத்தையும் ரிக் வேதகால வாழ்வு முறையையும் இணைக்கும் வகையில் புதிய இணைப்புச் சங்கிலித் தரவுகள் நூலில் நிறைந்திருந்ததும் அவை இந்துத்துவச் சார்பாளர்களின் வரலாற்றைத் திருத்தும் பாணியில் அமைந்திருந்ததையும் ஆய்வாளர்கள் கவனிக்கத் தவறவில்லை. தொல்லியல் ஆய்வுகள், அறிவியல் ஆய்வுகள் அடிப்படையில் நன்கு வளர்ச்சியடைந்த முதிர்ந்த சிந்துவெளி நாகரீகத்தின் காலம் என்பது பொ.கா.மு. 2600 - பொ.கா.மு. 1900 இடைப்பட்ட காலம். இந்தியாவில் சமஸ்கிருதம் என்ற மொழிப் பயன்பாட்டின் 2000 ஆண்டுகளுக்கு முந்தியது சிந்துவெளி எழுத்துக்கள்.

சிந்துவெளிக்குத் தேவை ஒரு குதிரை:

சிந்துவெளி நாகரீகத்தையும் ரிக் வேத வாழ்வியலையும் பிரித்து வேறுபடுத்தும் ஒரு தெளிவான குறிப்பு 'குதிரை.' சிந்துவெளி முத்திரைகளில் நிறைந்திருப்பவை 'பாஸ் இண்டிகஸ்' என அறியப்படும் திமில் கொண்ட காளைகள் (Humped bull, or zebu, or Bos Indicus). குதிரைகள் அப்பொழுது இந்திய நிலப்பரப்பில் இல்லை, சிந்துவெளி நாகரீகத்தில் பயன்படுத்தப்படவுமில்லை, ஆகையால் குதிரைகள் சிந்துவெளியில் கண்டு எடுக்கப்பட்டுள்ள முத்திரைகளிலும் கிடையாது. அதாவது, விளக்கமாக, கீழடியில் அண்மையில் திமில் எருதின் எலும்புகள் கண்டு எடுக்கப்பட்டது போல குதிரையின் எலும்புகள் சிந்துவெளியில் கிடைத்ததில்லை. குஜராத்தின் சுர்க்கோட்டடா பகுதியில் கிடைக்கப்பெற்ற குதிரை எலும்புகள் பிற்காலத்தையவை (2100 பொ.கா.மு.- 1700 பொ.கா.மு.) மட்டுமல்ல, அவை கால்நடையாக வளர்ப்பில் உருவான குதிரைகள் (Equus caballus). இந்தியப் பகுதியில் கடந்த 12,000 ஆண்டுகளில் இயற்கையாகத் திரியும் காட்டுக்குதிரை இருந்ததில்லை. குதிரை வளர்ப்பும் 3500 பொ.கா.மு. முன் துவங்கவுமில்லை. ஆகவே சுர்க்கோட்டடா குதிரை ஒரு இறக்குமதி விலங்கு, உள்ளூரில் வளர்க்கப்பட்ட விலங்கு. இந்தத் தடயம் குறித்தும் ரிச்சர்ட் மெடோ (Richard Meadow), எஸ். பெக்கானி (S. Bökönyi) போன்ற பிற ஆய்வாளர்கள் கேள்வி எழுப்பியுள்ளனர், அவர்கள் சுர்க்கோட்டடா குதிரைத் தடயத்தை ஏற்பதாக இல்லை.

Seal with Two-Horned Bull and Inscription

ஆயிரக்கணக்கான சிந்துவெளி முத்திரைகள் மற்றும் கிடைத்த மற்ற பிற தொல் தடயங்களில் காளைகள், எருமைகள், மயில்கள், யானைகள், புலிகள் மற்றும் காண்டாமிருகங்கள் வரைப் பல விலங்குகளின் உருவங்கள் கிடைத்துள்ளன... குதிரையைத் தவிர.

ஆனால், இந்து சமயத்தின் தொன்ம நூலான இந்தோ-ஐரோப்பிய மொழியில் உருவான ரிக் வேதத்தில், எங்கும் குதிரைகள் துள்ளி ஓடும், அசுவம் பலி கொடுத்து அவி சொரிந்து ஆயிரம் வேட்டல் காட்டப்படும், அஸ்வின் என்ற குதிரை வீரர்கள் இருப்பார்கள், அக்னியும் உஷையும் குதிரைகள் இழுக்கும் தேரில் சவாரி செய்வார்கள் என்று இவ்வாறாகக் குதிரைக்கென்றே ரிக் வேதத்தில் ஐந்து பாடல்கள் உள்ளன. குதிரையைப் பலி கொடுக்கும் முறையைப் பற்றி மண்டலம் 1, பாடல் 162 மிக விரிவாக விளக்குகிறது. சொல்லப்போனால் குதிரையைக் குறித்து ரிக் வேதம் பேசுவது போல வேறு எந்த விலங்கினையும் அந்த அளவு பேசுவதில்லை என்றும் கூறப்படுகிறது. சிந்துவெளித் தொல்லியல் ஆய்வுகள் படியோ சிந்துவெளியில் குதிரைகளும் கிடையாது, அவை இழுக்கும் தேரும் கிடையாது. ஆகவே தொல்லியல் மரபணுத் தரவுகளின் அடிப்படையில் ஆரியர்களுடையது சிந்துசமவெளி நாகரிகம் எனப் பேசவும் வழியில்லை.

தொல்லியல் மற்றும் வரலாற்று ஆய்வாளர் எம். கே. தவலிக்கர் (Madhukar Keshav Dhavalikar) ரிக் வேதத்தின் காலம் குறித்து அதன் அகச்சான்றுகள் மூலம் விளக்குவது மேலும் தெளிவுபடுத்தும். ரிக் வேதம் எக்காலத்தில் உருவானது என்று அறிய உதவும் குறிப்புகள் இரண்டு. அவற்றில் ஒன்று குதிரை மற்றொன்று இரும்பு. ஆரியர்கள் என்றால் குதிரை விரும்பிகள். செம்பு என்ற உலோகம் சமஸ்கிருதத்தில் 'அயஸ்' (ayas) என்று குறிப்பிடப்படுகிறது. பிற்காலத்தில் இரும்பு கண்டுபிடிக்கப்பட்ட பிறகு 'கிருஷ்ண அயஸ் ('krsna ayas' or black copper) என்று உலோகத்தை வேறுபடுத்திக் குறிப்பிடும் முறை வந்தது. ஆகவே தொல்லியல் தரவுகளின் அடிப்படையில் 'மட்டுமே' முடிவு செய்வதாக இருந்தால் இந்தியாவில் குதிரை வளர்ப்பின் துவக்கம் 1900 பொ.கா.மு. இந்தக்காலம் என்பது சிந்துவெளியின் இறுதிக் காலமான 1900 -1500 பொ.கா.மு. என்ற காலகட்டம். வட இந்தியாவில் இரும்பின் துவக்கம் 1500-1400 பொ.கா.மு. ஆகவே, குதிரையையும் இரும்பையும் குறிப்பிடும் ரிக்வேதத்தின் காலமென்பதை 2000-1400 பொ.கா.மு. இடைப்பட்ட காலமென்பதை இதன் மூலம் வரையறுக்க முடிகிறது. எனவே, தொல்லியல் தடயங்களின் அடிப்படையில் அசுவம் என்ற குதிரையையும் கிருஷ்ண அயஸ் என்று இரும்பையும் குறிப்பிடும் ரிக் வேதம் சிந்துவெளிக் காலத்திற்குப் பிந்தியது.

ıre 7.1a: The 'Horse Seal' (Mackay 453)

Figure 7.1b: The 'Horse Seal' (Artist's reproduction)

Rajaram's 'computer enhancement' of Mackay 453, transforming it into a 'horse seal'
(From the book *The Deciphered Indus Script*, p. 177)

Credit: Courtesy of FRONTLINE

குதிரை முத்திரை மோசடி:

இவ்வாறு குதிரை குறித்த தடயமே இல்லாத சிந்துவெளி காலத்தைய முத்திரைகளில் உள்ள குறியீடுகளில் குதிரை குறித்த செய்திகளைப் படித்துக் காட்டியிருந்தார்கள் ஜாவும் என். எஸ். ராஜாராமும். தங்களது குதிரை குறித்த கருத்தை நிறுவும் வகையில் "மெக்கே 453" என்ற சிந்துவெளி முத்திரையில் குதிரை உருவம் இருப்பதாக ஒரு படத்துடன் குறிப்பிட்டிருந்தார்கள். அதுதான் சிந்துவெளியின் குதிரை முத்திரையாக உலகிற்கு முதன் முதலில் அறிமுகமானது. இந்தியவியல் ஆய்வாளர்களுக்கிடையே குழப்பம் துவங்கி விவாதங்கள் தோன்றின. மைக்கேல் விட்சலும், ஸ்டீவ் ஃபார்மரும் தொடர்ந்த சில வாரங்களுக்குள் ஜாவும் என்.எஸ். ராஜாராமும் தந்த குதிரை முத்திரை ஒரு மோசடி எனக் குறிப்பிட்டனர். என்.எஸ். ராஜாராமின் நூலில் கொடுக்கப்பட்டிருந்த, பார்ப்பதற்கு முதல் பார்வையில் அசப்பில் ஒரு மான் போலத் தோற்றமளிக்கும் விலங்கு கொண்ட மெக்கே 453 *(Mackay 453, from 'Further Excavations of Mohenjo-Daro,New Delhi, 1937-1938' Book)* என்ற சிந்துவெளி முத்திரை உண்மையில் விலங்கின் கழுத்து அருகே உடைபட்ட ஒரு சிதைந்த முத்திரை (ஆனால் என்.எஸ். ராஜாராம் தனது நூலில் அது ஒரு சிதைந்த முத்திரை என்று குறிப்பிட்டாரில்லை). அது வாலுடன் கூடிய உடலின் பின்பகுதி மட்டுமே இருக்க, ஆனால் உடலின் முன்பகுதி சிதைந்துவிட்ட ஒரு எருதின் உருவம். இதைக் கணினி வழி

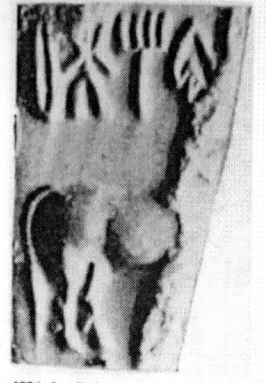

Mackay 453 before its 'computer enhancement' by Rajaram. When you look at the original picture, it is clear that the seal impression is cracked.

Credit: Courtesy of FRONTLINE

மாற்றி (கம்ப்யூட்டர் கிராபிக்ஸ்) மோசடி செய்திருந்தார்கள் ஜாவும் என்.எஸ். ராஜாராமும் என்று மைக்கேல் விட்சலும், ஸ்டீவ் ஃபார்மரும் விளக்கினார்கள். தனது நூலில் கொடுக்கப்பட்ட குதிரை முத்திரைப் படத்தைக் கணினி உதவியால் மாற்றியதாக என்.எஸ். ராஜாராம் நூலில் எங்கும் குறிப்பிடாவிட்டாலும் அவர் ஆய்வாளர்களுடன் (ஜூலை 30, 2000 அன்று) நடத்திய ஒரு செய்தி பரிமாற்றத்தில் படிப்பவருக்காகப் படத்தைக் கணினி உதவியுடன் மேம்படுத்தியதாகக் கூறினார் என்பதும் இங்குக் குறிப்பிடத்தக்கது. மெக்கே 453 என்ற முத்திரையின் படம் மிகத் தெளிவாகவே மூல நூலில் வெளியிடப்பட்டிருந்தது, அதை ஸ்டீவ் ஃபார்மர் வெளியிட்டார். அத்துடன் அஸ்கோ பார்போலா நூலில் கிடைத்த மெக்கே 453 என்ற முத்திரையின் பிரதியை உருவாக்கிய அச்சு 'M-772 A' என்பதையும் ஒப்பிட உதவியாக வெளியிட்டார். இரண்டையும் பார்க்கும் எவருக்குமே அந்த முத்திரையில் இருப்பது சிந்துவெளியில் பரவலாகக் கிடைக்கும் ஒற்றைக் கொம்பு எருதின் உடைந்த வடிவம்தான் என்பது தெளிவாகப் புரியும். அதற்குத் தொல்லியல் ஆய்வாளர்கள், இந்தியவியல் ஆய்வாளர்கள் விளக்கங்கள் தேவையிருக்காது.

சிந்துவெளியில் ரிக் வேதம் சொல்லும் குதிரை தடயங்கள் தேவை என்ற நிலையில், இந்துத்துவா சார்பாளர்கள் முன்பகுதி சிதைந்த காளை மாட்டின் பின் பாதியை வரைந்த ஒரு குதிரையின் முன் பாதியுடன் இணைத்துப் பொய்யான சிந்துவெளி

M-772A (flipped horizontally)

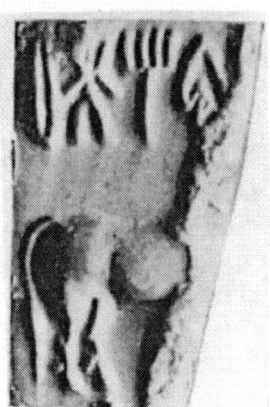

Mackay 453

As shown by their identical archaeological field numbers (DK-6664), M-772A (published in Vol. II of *Corpus of Indus Seals and Inscriptions*, 1991) is the original seal that seven decades ago created the seal impression (Mackay 453) that Rajaram claims is a 'horse seal.'

Credit: Courtesy of FRONTLINE

முத்திரைத் தடயங்களை உருவாக்கும் நிலைக்குச் சென்று தங்கள் தேவைக்கேற்ப ஆதாரத்தையும் உருவாக்கிக் கொண்டு விட்டார்கள். என்.எஸ். ராஜாராமின் இந்தப் பித்தலாட்டக் குதிரையை 'பில்ட்டவுன் ஹார்ஸ்' *(Piltdown Horse)* என்று ஆய்வாளர்கள் நகைச்சுவையாகக் குறிப்பிட்டார்கள். ஏனெனில், 'பில்ட்டவுன் மேன்' *(Piltdown Man)* என்ற ஒரு தொல்லியல் புரட்டும் ஆய்வுலகில் இதற்குமுன் சென்ற நூற்றாண்டில் நடந்திருந்தது. அது போன்ற ஒரு ஏமாற்று வேலை என்பதைக் குறிக்க பில்ட்டவுன் ஹார்ஸ் என்ற பெயர் சூட்டப்பட்டதும் பொருத்தமே. அதன் பிறகு என்.எஸ். ராஜாராமின் சிந்துசமவெளிக் குதிரை முத்திரைக் கருத்துக்கு ஆதரவு கூறும் எந்த ஒரு சிந்துவெளி ஆய்வாளரையும் அடையாளம் காட்டுவோருக்கு 1000 டாலர் வழங்கப்படும் என்றும் அறிவிப்பை வெளியிட்டார்கள் ஆய்வாளர்கள். 1000 டாலர் பணமுடிப்பைப் பெற எவரும் ஆர்வம் காட்டவில்லை. ஐராவதம் மகாதேவன் அவர்களும் (ஆனால் நேரடியாக அவர் பெயரை நூலில் குறிப்பிடவில்லை என்றாலும்) முன்னரே அது காளையின் முத்திரை போல இருக்கிறது என்று என்.எஸ். ராஜாராமிடம் குறிப்பிட்டிருக்கிறார் என்பதையும் என்.எஸ். ராஜாராம் தனது நூலில் பதிவு செய்துள்ளார். இந்தியவியல் ஆய்வாளர்கள் யாருமே ஏற்றுக்கொள்ளாத நிலையில் என்.எஸ். ராஜாராம் தனது கருத்தில் உறுதியாக வால் அடர்த்தியான இந்த விலங்கின் உருவத்தைக் குதிரை அல்ல என நீங்கள் கருதுவீர்கள் என்றால் அது உங்கள் முடிவு என்று கூறியதுடன் அவர்களது ஆய்வு முறை திறந்த மனம் கொண்டதாக இல்லை என்று குற்றம் சாட்டிக் கடந்துவிட்டார்.

என்.எஸ். ராஜாராம் அவரது குதிரை முத்திரையைக் கைவிட முடியாத காரணம் சிந்துவெளிக் குறியீட்டைப் படிக்கும் முறையோடு தொடர்புடையதாக இருக்கிறது. சிந்துவெளிக் குறியீட்டைப் படிப்பதற்கென்ற தனி முறை உள்ளது. அதாவது முத்திரையின் குறியீட்டை *"arko-hasva or arko ha as'va"* (*"Sun indeed like the horse"*) என்பது அதைப் படிக்கும் முறையாம். அதில் உள்ள 'அசுவம்' அல்லது 'குதிரை' *(as'va)* என்பதைப் படிக்க இயலாமல் போனதால் அவாகளது விளக்கம் குப்புறத் தள்ளிய தோடு நில்லாமல் குதிரை குழியையும் பறித்த கதையாகவும் ஆகியது. சிந்துவெளி முத்திரையைப் படித்த நூலே பொருளற்றது என்றானது. மோசடிக் குதிரையைக் காட்டி சிந்துவெளி வேதகால நாகரீகம் என்று சாதிக்கவும் முடியாமல் போனது. பொ.கா.மு. 2000க்கு பிற்பட்டது என நூலின் அகச்சான்றால் வரையறுக்கப்பட்ட ரிக் வேதத்தின் காலத்தைப் பழமையாகக் காட்ட முயன்ற கனவையும் அந்தச் சிதைந்த முத்திரை சிதைத்துவிட்டுப் போனது. ஆய்வாளர்களால் ஏற்றுக்கொள்ளப்பட்டிருந்த மொழியியல் ஆய்வுகளையும் அவை தரும் சமஸ்கிருதத்தின் இந்தோ-ஐரோப்பியத் தொடர்புகளையும்

'பொய்-அறிவியல்'(pseudo-science) என்று வகைப்படுத்துபவர் என்.எஸ். ராஜாராம். அதனால் ரிக் வேதம் குறித்த மொழியியல் ஆய்வு முடிவுகளையும் அவர் ஏற்பதில்லை. ஜாவும் என். எஸ். ராஜாராமும் குறியீடுகளைப் படித்த விதமும் இடமிருந்து வலமாகப் படித்திருந்தனர், ஆனால் சிந்துவெளிக் குறியீடுகள் வலமிருந்து இடமாக எழுதப்பட்டவை என்பது ஆய்வாளர்கள் முடிவு. ஆனால் இவர்கள் படக்குறியீடுகளை எழுத்துகளாகவும் பல குறியீடுகள் ஒரே ஒலியைக் குறிப்பதாகவும் ஒரே குறியீட்டை அவர்கள் விரும்பியவாறு பல ஒலிப்புகளாகவும் என்று அவர்கள் படித்திருந்தனர். இவ்வாறான ஒரு எளிதான படிக்கும் முறையை தாங்களாகவே வகுத்துக்கொண்டு படித்ததோடு மட்டுமல்லாமல் ஜாவும் என்.எஸ். ராஜாராமும் சிந்துவெளிக் குறியீடுகளில் படித்தது எதையும் இன்னும் சிந்துவெளி பற்றிய செய்தி எவற்றையும் நாம் அறியத் தரவில்லை. மாறாக சிந்துவெளிக் குறியீடுகளில் ரிக் வேத வாசகங்களைப் படித்துக் கொண்டிருந்தனர். அவை ஏன் முத்திரைகளாக உருவாக்கப்பட வேண்டும் என்ற விளக்கமும் கொடுக்கப்படவில்லை. சிந்துவெளி நாகரீகம் ரிக் வேத காலம் என்றால், ரிக் வேதம் முழுவதும் குதிரை பற்றிய குறிப்புகள் இருக்கையில் ஏன் ஒரே ஒரு முத்திரையை அதுவும் உடைந்த முத்திரை மட்டுமே இவர்களால் குதிரை முத்திரை எனக் காட்ட முடிகிறது என்பதற்கான விளக்கமும் இல்லை.

சிந்து சமவெளிக் குறியீடுகள் படிக்கப்பட்டது என்ற இதே போன்று மற்றொரு பித்தலாட்டமும் உண்டு. அவர்கள் கூற்றின்படி நாகாலாந்து மாநிலத்தில் கிடைத்த 3000 ஆண்டுப் பழமையான 'நாகா முத்திரை' ஒன்று சிந்துசமவெளி எழுத்துக்கள் சொல்வது என்னவென்று படிக்க உதவியதாம். இவர்கள் இதைப் பண்டைய எகிப்து மொழியைப் படிக்க உதவிய 'ரோசட்டா கல்' (Rosetta Stone) என்ற இருமொழிக் கற்பலகைக்கு இணையாகக் கூறுகிறார்கள். ராமன், சீதை, இலட்சுமணன், அனுமன் உருவங்கள் கொண்ட நாகா முத்திரையில் மும்மொழிகளில் அமைந்துள்ளதாகவும் இதில் உள்ள பிராமி மொழிக் குறிப்புதான் சிந்து சமவெளிக் குறியீடுகளைப் படிக்க உதவியதாகவும் கூறப்பட்டது.

© Sanskriti Magazine

ஜியாலஜிக்கல் சர்வே ஆப் இந்தியா என்ற மத்திய அரசின் தொல்லியல் நிறுவனம் வெளியிட்ட நூல் ஒன்றிலும் (ஆய்வுக் கட்டுரைகள் அடங்கிய தொகுப்பு நூல்) என்.எஸ். ராஜாராம் சிந்து சமவெளி நாகரீகத்தைச் சரஸ்வதி நாகரீகம் எனக் குறிப்பிட வேண்டும் எனவும் சரஸ்வதி ஆற்றங்கரையிலிருந்துதான் இந்து நாகரீகமே தோன்றியது எனவும் கூறியுள்ளதாகத் தெரிகிறது. ஆனால் வரலாற்று ஆய்வாளர் ரொமிலா தாப்பர் வேதங்களில் நகர வாழ்வு குறித்த குறிப்புகள் எதுவும் இல்லை என்று குறிப்பிடுவதும் இங்கு நோக்கத்தக்கது.

இருப்பினும் சரஸ்வதி நாகரீக ஆதரவாளர்கள், நாடோடிக் காட்டுமிராண்டிக் கூட்டத்தின் படையெடுப்பு, பண்பட்ட நாகரீகம் கொண்டிருந்த இந்திய மக்களின் சமூகவியலில் ஊடுருவியது என்ற ஆரியர் வருகைக் கோட்பாடு கூறுவதை ஏற்காதவர்களாகவும் வேதங்களின் மொழி இந்து சமவெளி மொழி என்று கூறுவதும் தொடர்ந்து கொண்டுதானிருக்கிறது. அண்மைய மரபணு ஆய்வு முடிவுகள் எந்த வகையிலும் ஏனோ இவர்களைச் சென்று சேர்வதில்லை. சரஸ்வதி ஆறு பாய்ந்தது என்பது வேதநூல்கள் அடிப்படையில் உருவானதொரு கருத்து. எனவே சிந்துவெளி நாகரீகத்தைச் சரஸ்வதி-சிந்துவெளி நாகரீகம் என்று பெயர் சூட்ட விரும்புபவர்களுக்கு இருக்கும் ஒரே வழி ரிக் வேதம் குறிப்பிடும் அந்த சரஸ்வதி நதி குறித்த சரியான அறிவியல் தடயங்களை முதலில் நிறுவுவது மட்டும்தான். வரலாறுகளைத் திருத்தி எழுதிக் கொண்டிருப்பது உதவாது. ஆய்வில் அரசியல் நோக்கம் கலப்பது கேடு தரும். முடிவைத் தயார் செய்து கொண்டு தேவையான தடயங்களைத் தேடி எடுப்பது அல்லது உருவாக்குவது ஆய்வு நெறியும் அல்ல.

மைக்கேல் விட்சலும், ஸ்டீவ் ஃபார்மரும் மட்டும் "We fear for India and for objective scholarship" என்று கவலை தெரிவித்து ஜாவும் என்.எஸ். ராஜாராமும் எழுதிய நூல் குறித்த தங்கள் கட்டுரையை முடிக்கவில்லை அதேபோன்று இந்தியப் பின்புலம் கொண்ட நோபல் அறிவியலாளர் வெங்கட்ராமன் ராமகிருஷ்ணனும் "Indian Science Congress was a circus" என்று கருத்து தெரிவித்து இனி இந்தியாவில் நடைபெறவிருக்கும் அறிவியல் கருத்தரங்குகளில் தான் பங்கு பெற விரும்பவில்லை என்று சொல்லிச் சென்றதையும் எச்சரிக்கையாக நினைவில் கொள்ள வேண்டும்.

Graphics source credits:Frontline, Harappa.com

References:

[1] Michael Witzel and Steve Farmer, Horseplay in Harappa: The Indus Valley decipherment hoax, [cover story] Frontline, October 13, 2000: 4-11.

http://www.people.fas.harvard.edu/~witzel/RAJARAM/Har1.pdf

[2] Romila Thapar, Hindutva and History: Why do Hindutva Ideologues Keep Flogging a Dead Horse? Frontline, October 13, 2000:15–16.

http://www.safarmer.com/frontline/horseplay.pdf

[3] Michael Witzel and Steve Farmer, New evidence on the 'Piltdown Horse' hoax, Frontline, November 24, 2000: 126-129.

http://www.safarmer.com/frontline/taleoftwohorses.pdf

[4] Steve Farmer and Michael Witzel, 'Indus Valley Fantasies: Political Mythologies, Academic Careerism, and the Poverty of Indus Studies.' October 8, 2010.

http://www.safarmer.com/IndusValleyFantasies.pdf

[5] Steve Farmer, The first Harappan forgery: Indus inscriptions in the nineteenth century (2003).

http://www.safarmer.com/firstforgery.pdf

[6] Steve Farmer, The Bogus Indus Valley 'Horse Seal'.

http://www.safarmer.com/horseseal/update.html

[7] Steve Farmer, Richard Sproat, and Michael Witzel, 'The collapse of the Indus-script thesis: The myth of a literate Harappan civilization.' EJVS 11-2 (13 Dec. 2004): 19-57.

http://www.safarmer.com/fsw2.pdf

[8] Andrew Lawler, The Indus Script--Write or Wrong? Science 17 Dec 2004. Vol. 306, Issue 5704, pp. 2026-2029

https://science.sciencemag.org/content/306/5704/2026.abstract

[9] N. Jha and N.S. Rajaram, The Deciphered Indus Script: Methodology, readings, interpretations, Aditya Prakashan, New Delhi, 2000.

[10] N. Jha and N.S. Rajaram, The deciphered Indus script. Methodology, readings, interpretation, Aditya Prakashan, New Delhi, 2000.

http://www.people.fas.harvard.edu/~witzel/R&J.htm

[11] 'Earliest writing' found, Dr David Whitehouse, BBC, May 4, 1999.

http://news.bbc.co.uk/2/hi/science/nature/334517.stm

[12] Tony Joseph, Horse sense on Harappa: An excerpt from Tony Joseph's book "Early Indians", Caravan Magazine, January 07, 2019.

https://caravanmagazine.in/history/horse-sense-harappa-tony-joseph-early-indians

[13] Michael Witzel and Steve Farmer, http://michaelwitzel.org/ --and-- http://www.safarmer.com/

[14] Harappa.com, https://www.harappa.com/slideshows/around-indus-90-slides-2

References Pertained to Hindutva Ideology:

[1] Dinesh Agrawal (Department of Materials Science and Engineering, Pennsylvania State University), Debunking The Aryan Invasion Theory, Sanskriti Magazine, March 14, 2014

https://www.sanskritimagazine.com/india/debunking-the-aryan-invasion-theory/

[2] Amish Tripathi, Science validates Vedic history-Indus Valley script deciphered, reveals India's true past.India Today Magazine - Note:This is a fictional piece for a section in India Today magazine, November 30, 1999 & Republished Issue Date: December 23, 2013.

https://www.indiatoday.in/magazine/nation/story/20131223-indus-valley-script-vedic-history-naga-stone-1144609-1999-11-30

[3] N.S.Rajaram and David Frawley, Vedic "Aryans" and the origins of civilization: A literary and scientific perspective Paperback – 1995

https://www.amazon.com/Vedic-Aryans-origins-civilization-perspective/dp/1896064000

[4] அரவிந்தன் நீலகண்டன், ஹரப்பா 'குதிரை முத்திரை': மோசடியாக ஒரு மோசடி, திண்ணை, டிசம்பர் 15, 2002.

https://old.thinnai.com/?p=20212156

[5] தமிழ்செல்வன், 'மைக்கேல் விட்சல் சென்னை விஜயம்: ஒரு பார்வை.' ஜூலை 16, 2009.

http://www.tamilhindu.com/2009/07/witzel-visit-an-account/

4. சரஸ்வதி நதி என்றொரு புரட்டு

சரஸ்வதி என்பது சரஸ்வதிதானா???

என்ற கேள்விக்கு விடை காணும் முயற்சிதான் இக்கட்டுரை.

சரஸ்வதி ஆறு குறித்த செய்திகளாக அகழாய்வுகள் அறிவியல் அடிப்படையில் முன்வைக்கும் தரவுகள் யாவும் இந்தியத் தொன்ம இலக்கியங்கள் (அதாவது சமஸ்கிருத மொழியில் இயற்றப்பட்ட ரிக் வேதம், மகாபாரதம் போன்ற இதிகாசங்கள்) சொல்லும் சரஸ்வதி ஆறு குறித்த செய்திகளுடன் முரண்படுவதாக இருக்கிறது.

கீழடியின் தொல்லியல் தடயங்களைத் தமிழின் சங்க இலக்கியத் தரவுகளுடன் இணைத்துக் காட்ட முடிவது போலச் சரஸ்வதி ஆறு பற்றி இலக்கியங்கள் தரும் வாழ்வியல் குறிப்புகளைக் கொண்டு சிந்து சமவெளி நாகாரீகத்துடன் இணைக்கமுடியாது. கி. மு. 3300 -1300. காலத்திற்குரியதாக அறுதியிட்டுக் கூறப்படும் சிந்துவெளிப் பண்பாடு என்பது வேதகாலத் தொடர்புடையது என்று கூறவே இயலாது என்பதை ஆய்வாளர்கள் விளக்கமாக எடுத்துரைத்துவிட்டனர். காலத்தால் முற்பட்ட சிந்து சமவெளிப்பகுதியில் அமைந்திருந்த இரும்புக் காலத்திற்கும் முற்பட்ட நகர அமைப்புகள், குறியீடுகள் கொண்ட அக்கால மொழி, கருப்பு சிவப்பு பானை ஓட்டுச் சில்லுகள், குதிரை குறித்த தரவுகள் அப்பகுதியில் (சரஸ்வதி ஆற்றங்கரையில்) கிடைக்காமை போன்றவைதான் சிந்துவெளிப் பண்பாட்டின் தனிச்சிறப்புகள்.

காலத்தால் பிற்பட்ட (1500 கி. மு.) வேதகால இலக்கியங்கள் நகர வாழ்வியலைப் பற்றிக் குறிப்பிடாதவை, இரும்பு ஆயுதங்கள் குறித்துக் கூறுபவை, குதிரைகள் பற்றிய செய்திகள் தருபவை, வண்ணச்சுடுமண் பாண்டங்களைப் பயன்படுத்திய மக்களைக் குறிப்பவை, அத்துடன் அவை எழுதாக்கிளவி என்றும் எழுத்தில்லாத மொழி என்றும் குறிப்பிடப்படும் மொழியின் தனிச்சொத்து. ஆகவே இந்த உண்மை புரிந்தவுடன் சிந்து சமவெளி

நாகரீகம் என்பது சரஸ்வதி ஆறு நாகரீகம் என்று கூறுவதை ஒரு கட்டுக்கதை என்று உணர்ந்து தவிர்த்துவிடுவது அறிவுடைமையாக இருக்க வேண்டும்.

ஆனால் இந்தியப் பண்பாட்டின் துவக்கம் வேதகால நாகரீகம் என்று நம்புவோருக்கு இந்த உண்மை உகப்பாக இருப்பதில்லை. அவர்கள் ஆரிய-வேத பண்பாடு இந்தியாவிற்கு வெளியிலிருந்து உள் நுழைந்தது என்பதை ஏற்க விரும்பாதவர்கள். இந்துத்துவா ஆதரவில் உள்ளவர்கள். இந்தியாவின் நடுவண் அரசு ஆட்சியை அமைக்கும் பொழுதெல்லாம் நேர்முகமாகவோ, அல்லது மறைமுகமாகவோ சிந்து-சரஸ்வதி கதைக்குப் புத்துயிர் அளிக்க விரும்புவார்கள். வேத கால வாழ்வியலுக்கு அறிவியல் அடிப்படை காட்டுவதாகக் கூறும் வைதீக இந்துசமயச் சார்பாளர்கள் அவர்கள் ஆட்சிக்காலத்தில் அதிகரிப்பார்கள். போலிச்சான்றுகள் அல்லது அறிவியல் ஏற்காத சான்றுகள் மூலம் சிந்துவெளி நாகரீகத்தைச் சரஸ்வதி ஆறு நாகரீகம் என்று குறிப்பிடும் நடவடிக்கைகள் அரசின் ஆதரவுடன் நேர்முகமாகவோ அல்லது மறைமுகமாகவோ தொடர்கிறது என்பதை வரலாற்றைக் கூர்ந்து கவனிப்பவர் அறிவர். சரஸ்வதி குறித்த விரிவான செய்திகள் அறிந்தாலே தரவுகளைச் சரியாக எடைபோட முடியும் என்பதால் இக்கட்டுரை சரஸ்வதி ஆறு குறித்து அறியப்படும் சில முக்கியமான கருத்துகளை முன்வைக்கிறது.

சரஸ்வதி ஆறு எது, அது எங்கு பாய்ந்தது – சில கருத்துகள்:

தொன்ம இலக்கியங்கள் சரஸ்வதி ஆறு பற்றிக் கூறுவது என்ன? என்று ஒரு மீள்பார்வை செய்வது சில அடிப்படைச் செய்திகளை அறிய உதவும். சரஸ்வதி ஆறுதான் வேத சுலோகங்களில் அதிக முறை கூறப்படும் மற்றும் புகழப்படும் ஆறு ஆகும். கங்கை கூட வேதத்தில் அந்த அளவு சிறப்புப் பெற்றது அல்ல. சரஸ்வதி ஆற்றின் கரையில்தான் வேதப்பாடல்கள் யாவும் சேகரிக்கப்பட்டு வியாசமுனிவரால் நான்கு வேதங்களாகத் தொகுக்கப்பட்டன என்பதும் வைதீகர்களின் நம்பிக்கை. இந்த ஆறு மிகப் பெரிய ஆறாக ரிக் வேதத்தில் விவரிக்கப்பட்டுள்ளது. அதில் 45 சுலோகங்களில் 72 முறை சரஸ்வதி ஆற்றின் பெயர் குறிப்பிடப்பட்டுள்ளது. குறிப்பாக அதில் 3 சுலோகங்கள் முற்றிலும் சரஸ்வதி ஆற்றுக்காகவே ஒதுக்கப்பட்டுள்ளன (கங்கை இருமுறையும் யமுனை மூன்றுமுறையும் மட்டுமே ரிக்வேதத்தில் குறிப்பிடப்பட்டுள்ளன). வேதகால 'புரு' வம்சத்தினர் சரஸ்வதி ஆற்றின் இருகரைகளிலும் உள்ள புல் வெளிகளில் வசித்ததாகவும் கூறப்படுகிறது. ரிக் வேதத்தின் 'நதி ஸ்துதி சூக்தம்' (10.75.5-6) என்கிற ஆறுகளை வாழ்த்திப்பாடும் பாடல் முறையே கங்கை, யமுனை, சரஸ்வதி,

சுதுத்ரி(சட்லெஜ்), விபாஷ்(பீயாஸ்), பருஷ்ணீய(ராவி), அசிக்ஞ்யா(செனாப்), விதஸ்தா (ஜீலம்), சிந்து, கூபா (காபூல்) என்று இந்திய வடபுல ஆறுகளைக் கிழக்கிலிருந்து மேற்காக வரிசைப்படுத்தும் பொழுது சரஸ்வதியைக் குறிப்பிடுகிறது. ஆக, சரஸ்வதி ஆறு இன்றைய யமுனை ஆற்றுக்கு மேற்காகவும் சட்லெஜ் ஆற்றுக்குக் கிழக்காகவும் சட்லெஜ்-யமுனை ஆறுகளுக்கு இடையில் ஓடிய ஒரு ஆறாகவும் கூறப்படுகிறது, மேலும் சரஸ்வதி மலையில் தோன்றி கடலில் மறைவதாகவும் கூறப்படுகிறது.[1] ரிக் வேதம் தவிர்த்து உபநிடதங்கள், பிரமாணங்கள் மற்றும் மகாபாரதத்திலும் சரஸ்வதி ஆறு பற்றிய குறிப்புகள் காணப்படுகின்றன.

தலைக்காவிரி என நாம் காவிரியின் தோற்றத்தைக் குறிப்பிடும் ஒரு சிறு சுனை போல ஹரியானாவின் ஷிவாலிக் மலையில் 'கட்காத்' (காத்கட்) என்ற இடத்தில் சரஸ்வதி உற்பத்தியாகும் புனித இடமாகக் கருதப்படும் 'ஆதிபத்திரி குண்டம்' (புவியிடக்குறிப்பு: 30.458713, 77.341191) என்ற இடம் குறித்து மக்களிடையே வாய்மொழிக் கதைகள் தொடர்ந்து வழக்கிலிருப்பதைத் தொல்லியல் ஆய்வாளர் அலெக்சாண்டர் கன்னிங்ஹாம் 1800களில் பதிவு செய்துள்ளார். 'சர்சுதி' என்று இக்காலத்தில் அறியப்படும் சிற்றாறு தோன்றும் பகுதிதான் இது.[2] மேலும் சரஸ்வதி ஆறு என்று இவர்கள் கூறும் ஆறு இது தானேஸ்வரத்திற்கு அருகில் குருசேத்திரத்தைக் கடந்து சென்றதாக இதிகாசம் கூறுகிறது.

மேலும் இந்திய மண்ணில் ஒன்றுக்கும் மேற்பட்ட ஆறுகளுக்கு சரஸ்வதி என்ற பெயர் உள்ளது. அவற்றில் வேதகால சரஸ்வதி ஆற்றுடன் தொடர்புடையனவாக கருதப்படுபவை நான்கு ஆறுகள். ஷிவாலிக் மலைத்தொடர், புஷ்கர், ஆரவல்லி, கீர் மலை என்று மொத்தம் நான்கு வெவ்வேறு இடங்களில் தோன்றும் ஆறுகள் சரஸ்வதி என்ற பெயரில் அடையாளம் காட்டப்படுகின்றன. குஜராத்தில் சோமாநாத் அருகில் ஹிரண், கபில ஆறுகளுடன் ஒரு சரஸ்வதி ஆறு அங்குள்ள திரிவேணி மகாசங்கமம் என்ற கழிமுகத்தில் (புவியிடக் குறிப்பு: 20.883170, 70.414078) கலப்பதாக 11 ஆம் நூற்றாண்டு இஸ்லாமிய அறிஞர் அல்பரூனி பதிவு செய்த குறிப்புள்ளது, இது அப்பகுதியில் உள்ள கீர் மலையில் தோன்றி அருகிலேயே கடலில் கலந்துவிடும் ஒரு சிற்றாறு.

முக்கியமாக, திரிவேணி சங்கமம் பற்றிய குறிப்பு வேதத்தில் இல்லை. சரஸ்வதி ஆறு மறைந்து தரையின் கீழ் ஓடி கங்கை யமுனையுடன் திரிவேணி சங்கமமாகப் பிரயாகையில் கலக்கிறது என்ற புராணக்கதை அல்லது நம்பிக்கையின் அடிப்படையில் இந்தியாவில் எவரும் சரஸ்வதி ஆற்றின் பாதை குறித்து அறிய அக்கறையோ, ஆர்வமோ கொண்டிருக்கவில்லை. அத்துடன்

அவர்கள் திரிவேணி சங்கமத்தில் தொடர்ந்து 'கும்பமேளா' கொண்டாடவும் தவறவில்லை. ஆனால் அவர்கள் பிற்காலத்தில் அதாவது ஆங்கிலேயர் ஆட்சியில் சமஸ்கிருத ரிக்வேதம் கூறும் சரஸ்வதி ஆறு ஓடிய பாதையை அறிய அதிக ஆர்வம் காட்டினர். ஆங்கிலேயத் தொல்லியல் ஆய்வாளர்களால் சரஸ்வதி ஆற்றைத் தேடும் படலம் துவங்கப்பட்டது. அப்பொழுது சிந்து சமவெளி நாகரீகம் வெளிச்சத்திற்கு வந்திருக்கவில்லை. சிந்துவெளி இன்றிலிருந்து ஒரு நூறாண்டுகளுக்கு முன்னர் 1920களில்தான் அறியப்பட்டது.

சர்சுதி (ஹரியானாவின் கத்தியால் மாவட்டம் - பஞ்சாபின் பட்டியாலா மாவட்டம் ஆகியவற்றுக்கு இடையில் பாய்ந்தோடும் ஒரு சிற்றாறு) என்ற ஆறு ஆங்கிலேயர் காலத்து 1800களின் இந்திய நில வரைபடங்களில் 'சரஸ்வதி நதி' என்று குறிக்கப்பட்டுள்ளது. கக்கர் ஆற்றின் தொடக்கம் இந்த சர்சுதி என்ற சிற்றாறு எனக் கருதப்படுவதாக 1885 இல் வெளியிடப்பட்ட 'இம்பீரியல் கெசட்டியர் ஆஃப் இந்தியா' நூல்[3] குறிப்பிடுகிறது.

தடம் மாறும் ஆறுகள்:

கங்கைச் சமவெளிப் பகுதி சமதளமாக இருப்பதும் நில அரிப்புகள் உருவாதலும் புவியதிர்ச்சி போன்றவையும் அப்பகுதியின் நிலவியல் சார்ந்த இயல்பு. அதனால் ஆறுகளும் அப்பகுதிகளில் பாதைகளை மாற்றி ஓடுவதும் வழக்கம் என்பது புவியியலாளர்கள் கருத்து. 1800களின் துவக்கத்தில் பிரம்மபுத்ரா ஆறும் இவ்வாறு வழிமாறி ஓடியுள்ளது. ஆர். டி. ஓல்தாம்[4] சரஸ்வதி ஆறு மறையவில்லை, அது சட்லெஜ் என்று வழி மாறிப் பின்னர் பியாஸ் ஆறுடன் சென்று இணைந்து விட்டது என்று கருதினார். சரஸ்வதி ஓடியதாகக் கூறப்படும் பகுதியிலிருந்த ஆறுகள் சிந்து சமவெளி நாகரீக காலத்திற்கு முன்னரே மறைந்துவிட்டவை, அப்பகுதியில் இருக்கும் படுகை மணல் யமுனையுடன் ஒத்துப்போகிறது என்பது மேரி ஆக்னஸ் கர்ட்டி (Marie-Agnès Courty) என்ற பிரெஞ்சு நிலவியல் ஆய்வாளரின் ஆய்வு முடிவு. அவ்வாறே பண்டைய காலப் புவியதிர்ச்சிக்குப் பிறகு அப்பகுதியில் நிலமட்டம் உயர்ந்து யமுனை இன்று ஓடும் பாதைக்குத் திசை மாறியது என்பதும் வால்தியா (K.S.Valdiya) அவர்களின் கருத்து. அண்மையில் (அக்டோபர் 2019) வால்தியா தலைமையில் இந்தியா அரசால் கூட்டப்பட்ட ஆய்வுக்குழுவின் ஆய்வாளர்கள் கங்கைக்கும் யமுனைக்கும் இடையிலுமே கூட ஒரு பண்டைய ஆற்றின் வழித்தடத்தைக் கண்டறிந்தார்கள் என்பது இங்கு குறிப்பிடத்தக்கது.[5] செயற்கைக்கோள் படங்களும் எண்ணற்றப் பழங்கால நீர்த்தடங்களைத்தான் வடஇந்திய ஆற்றுப்படுகைகள்

பகுதியில் காட்டுகின்றன. இதனால் பலமுறை வடஇந்தியப் பகுதியின் ஆறுகள் பாதை மாறி ஓடியதைச் செயற்கைக்கோள் படங்கள் அறிவியல் அடிப்படையில் உறுதி செய்கின்றன எனலாம்.

தாமஸ் பரோ (Thomas Burrow) ராஜஸ்தானில் இருக்கும் கக்கர்-ஹக்ரா ஆற்றுப்படுகை அக்காலத்துச் சரஸ்வதி ஆறாக இருந்திருக்கலாம் எனக் கருதினார்.[6] ஆனாலும் வாய்மொழி வழக்கில் மக்களிடம் உள்ள ராஜஸ்தானின் நாடோடிப்பாடல்கள் வறண்ட கக்கர் நதியைக் குறிப்பிட்டாலும் அது காணாமல் போன சரஸ்வதி ஆறுதான் என்ற கருத்தாக்கம் அப்பாடல்களில் இடம் பெறவில்லை என்பது கவனத்தில் கொள்ள வேண்டிய ஒன்று.

கக்கர்-ஹக்ரா பகுதித் தொல்லியல் தடயங்கள்:

கக்கர்-ஹக்ரா பகுதியில் தொல்லியல் அகழாய்வு கண்டெடுத்த இடங்களில் கிடைத்தவை பெரும்பான்மையும் வரலாற்றுக் காலக்கோட்டில் சிந்துவெளிக்கும் பிற்பட்ட காலத்துத் தடயங்கள் என்பது குறிப்பிடத்தக்கது. காலத்தால் பிற்பட்ட தொல்லியல் தடயங்களான 'வண்ணச்சுடுமண் காலகட்டத்' (Painted Grey Ware (PGW) 1300-300 கிமு) தடயங்கள் இரும்புக் காலகட்டப் பகுதியைச் சேர்ந்தவை என்பது கவனத்தில் கொள்ள வேண்டிய குறிப்பு. இது நகர நாகரீகம் அல்ல, கிராம நாகரீகம். வெண்கலக் காலத்தைச் சேர்ந்த சிந்து சமவெளியின் 'கருப்பு சிவப்புப் பானை ஓட்டுக் காலகட்டத்திற்கும் (Black and red ware culture - BRW) பிற்பட்ட காலத்தவை இந்த கக்கர்-ஹக்ரா பகுதி என்பது தொல்லியல் தரவுகள் கூறும் அறிவியல் முடிவு. கருப்பு, சிவப்பு மட்பாண்டப் பண்பாட்டிற்குரிய பகுதிகளாக இந்தியாவின் சிந்துவெளி மற்றும் பிற பகுதிகள் அறியப்படுகின்றன. ஆனால்

Black and Red Ware, Sonkh, Uttar Pradesh.
Government Museum, Mathura. wikipedia

Painted Grey Ware - Sonkh (Uttar Pradesh) - 1000-6
Government Museum, Mathura. wikipedia

மேற்கு கங்கைச் சமவெளிப் பகுதியின் வண்ணச்சுடுமண் பாண்டங்கள் காலவரிசையில் பிற்காலத்தவை. இப்பகுதி பஞ்சாபிற்கும் உத்திரப் பிரதேசத்திற்கும் இடைப்பட்ட பகுதி.

ஜவஹர்லால் நேரு பல்கலைக் கழகத் தொல்லியல் பேராசிரியர் ஷெரீன் ரட்னாகர் (Shereen Ratnagar) கக்கர்-ஹக்ரா நதிப்படுகை வாழ்விடங்கள் பெரும்பான்மையும் காலத்தால் பிந்திய நாகரிகத்தைச் சேர்ந்தது என்று உறுதிபடக் கூறுபவர்.[7] சிந்துவெளி நாகரீக வாழிடங்கள் போன்ற குடியிருப்புகள் யமுனை, கங்கைப் பகுதியில் கிடைக்கவில்லை என்பது வி. என். மிஸ்ரா (V.N.Misra) கொண்டிருக்கும் கருத்து.[8] ஆகவே பானை ஓடுகள் தரும் தொல்லியல் தரவுகளும் கக்கர்-ஹக்ரா ஆற்றுப்படுகைப் (அல்லது சரஸ்வதி என்று இன்று உரிமை கோரப்படும்) பண்பாட்டுக் காலம் என்பது சிந்துசமவெளி காலத்திற்கும் பிற்பட்டது என்பதைத்தான் மீண்டும் நிறுவியுள்ளன.

சரஸ்வதி ஆறாக மாற்றப்படும் பண்டைய சட்லெஜ் ஆறு:

சிந்து சமவெளி நாகரீகம் உள்ள பகுதிதான் சரஸ்வதி நாகரீகம் என்று சொல்ல விரும்பினால் மறைந்துபோனதாகக் கூறப்படும் சரஸ்வதி எது என்பது முதலில் உறுதிப்படுத்தப்பட வேண்டும்.

இன்னமும் எங்கே? எங்கே? என்று தேடிக் கொண்டிருக்கும் ஒரு ஆற்றின் கரையில் உள்ள நாகரீகம் எனக் குறிப்பிடுவது ஒரு நகைமுரண். உண்மையில் சுமார் பல ஆயிரம் ஆண்டுகளுக்கு முன்னர் வறண்டுவிட்ட கக்கர்-ஹக்ரா ஆற்றுப்படுகைதான் சரஸ்வதி என்பது ஆங்கிலேயர் காலத்திற்குப் பிறகு வந்த கருத்தாக்கம் என்பதை நாம் மீண்டும் நினைவில் கொள்ள வேண்டும். ஆங்கிலேயர் ஆட்சிக்காலத்தில் குறிப்பாக 18ஆம் நூற்றாண்டின் பிற்பகுதி தொடங்கி ஜெனரல் மேசஸ் ரென்னல், கர்னல் ஜேம்ஸ் டாட், மேஜர் எஃப்.மெக்கீசன், ஃபிரெஞ்ச் ஆய்வாளர் லூயி விவியன் தெஸான், ஆர்.டி.ஓல்டாம், ஜார்ஜ் ராவர்டி, மார்க் ஆரல் ஸ்யீன் போன்றவர்கள்தான் ரிக்வேத சரஸ்வதியைத் தேடத் துவங்கிய ஆய்வாளர்கள் எனப் பட்டியலிடுகிறார் மிஷல் தனினோ (Michel Danino, 2010). நம்மவர்களைப் பொருத்தவரையில் சரஸ்வதி ஆறு நிலத்தின் கீழ் மறைந்து பிறகு திரிவேணி சங்கமத்தில் இணைந்து வங்கக் கடலுக்குப் போய்விடுகிறது. இமயத்தில் தொடங்கிச் சிந்துவுக்கு இணையாக ஓடி அரபிக்கடலில் கட்ச் பகுதியில் கலந்த கக்கர்-ஹக்ராதான் சரஸ்வதி என்ற ஒரு கருத்தாக்கம் சில நூற்றாண்டுகளுக்கு முன் வரை இந்தியரிடம் இருந்ததாகத் தெரியவில்லை. வாய்மொழி வழியாகக் கடத்தப்படும் நாடோடிப் பாடல்களிலும் கக்கர்-ஹக்ராதான் சரஸ்வதி என்ற குறிப்புமில்லை என்பதையும் மீண்டும் நினைவுபடுத்திக் கொள்ள வேண்டும்.

சிந்து சமவெளி நாகரீகம் இந்தியப் பிரிவினைக்குப் பிறகு பாகிஸ்தான் பகுதியாக மாறிவிட, பிரிட்டிஷ் இந்தியா காலத்து ஆய்வாளர்கள் ஆய்வு செய்து கொண்டிருந்த கக்கர்-ஹக்ராதான் சரஸ்வதி என்பது இந்தியர்கள் கருத்தைக் கவர்ந்திருக்கக்கூடும். வரலாற்றுக் காலத்திற்கு முன்னரே வற்றிப்போன கக்கர்-ஹக்ரா ஆற்றுப்படுகையைக் காட்டும் லேண்ட்சாட் செயற்கைக்கோள் (LANDSAT) படத்தினை 1980இல் யஷ்பால் ஆய்வுக் குழுவினர் வெளியிட்டனர். இதுதான் மறைந்து போன சரஸ்வதி ஆறு என்றும் அதற்கு அறிவியல் சான்று கிடைத்துவிட்டது என்றும் சரஸ்வதி ஆறு என்ற கருத்தாக்கத்தைக் கொண்டவர் நம்பினர்.

இந்த நூற்றாண்டின் நிலவியல் பேராசிரியர் வால்தியா தலைமையில் இந்திய அரசால் அமைக்கப்பட்ட சரஸ்வதியைத் தேடும் குழு, 2016 இல் சரஸ்வதி ஆறு இமயத்தில் தொடங்கி சட்லெஜ் ஆற்றுடன் இணைந்து சிந்து ஆற்றுக்கு இணையாக ஓடி, அதன் மூன்றின் ஒரு பகுதி பாகிஸ்தான் வழியே பாய்ந்து பிறகு கட்ச் வளைகுடாவில் கலப்பதாக அறிவித்தது.[9] இது ‘சர்சுதி-கக்கர்-ஹக்ரா’ என்ற ஆறுகளின் வழித்தடம். புவியதிர்ச்சி காரணமாக நீர் வரத்தின்றி நிலத்தடியில் மறைந்துபோன சரஸ்வதி ஆறு

கிடைத்துவிட்டதாக அறிவிக்கப்பட்டு சிந்து-சரஸ்வதி நாகரீகம் என்ற கோட்பாட்டுக்கு மறுவாழ்வு கொடுக்கப்பட்டது. சிந்து-சரஸ்வதி நாகரீகம் என்று 1989 இல் முதலில் குறிப்பிட்டவர் எஸ். பி. குப்தா என்ற அகழ்வாராய்ச்சியாளர்.

அவ்வாறானால் அரபிக்கடலில் கலப்பதாகக் காட்டப்படும் கக்கர்-ஹக்ரா என்பதற்கு மாறாக சரஸ்வதி கங்கை யமுனையுடன் பிரயாகையில் கலக்கிறது என்று இதுநாள் வரை கூறி வருவதற்கு இது முற்றிலும் முரணானது. பிரயாகையில் கலக்க அது ஓடும் திசையோ வேறு என்பதை உணர்ந்து அந்த கருத்தாக்கத்தையாவது மறுக்க வேண்டும் என்பதும் ஒரு கட்டாயம். எனவே திரிவேணி சங்கமம் எனக் கூறப்படுவது பிழையானதாகிறது. எது எப்படியோ அடுத்தடுத்து நடைபெறவிருக்கின்ற கும்பமேளா விழாக் கொண்டாட்டங்களில் ஈடுபடுவோரில் இங்கே பிரயாகையில் சரஸ்வதியும் கலக்கிறதா என்று ஐயம் எழுப்புவோர் எவரும் அங்கிருக்கப் போவதில்லை என்பது மட்டும் உறுதி.

2008இல் வெளியான வசந்த் ஷிண்டே ஆய்வு அறிக்கையின்படி கக்கர்-ஹக்ரா வறண்டுவிட்ட காலம் என்பது ஹரப்பா பண்பாடு தோன்றுவதற்கும் முன்னரே நிகழ்ந்துவிட்டது. கக்கர்-ஹக்ரா ஆறு ரிக் வேதம் சொல்லும் விவரிப்புகளுடன் பொருந்தவில்லை, இது வேதம் கூறும் வற்றாத ஆறு அல்ல, பருவகால மழை நீரோட்டத்தை அடிப்படையாகக் கொண்டது.[10] அவ்வாறே ரொமிலா தாப்பர் (2004) ரிக் வேத கால சரஸ்வதிதான் கக்கர்-ஹக்ரா என்பது சர்ச்சைக்குரிய கருத்து என்று குறிப்பிடுகிறார்.[11] அதிலும் அதிதி கிருஷ்ண தேவ் (Aditi Krishna Dave,2018) இமயத்திலிருந்து பனி உருகி வற்றாத ஆறாக ஓடுவது என்பது ஹரப்பா பகுதியில் சிந்துவெளி நாகரீகம் தோன்றுவதற்கும் சுமார் 24,000 - 45,000 ஆண்டுகளுக்கும் முன்னரே நின்றுவிட்டதாகத் தனது ஆய்வின் முடிவாகத் தெரிவிக்கிறார். லூசியானா ஸ்டேட் யூனிவர்சிட்டி நிலவியல் பேராசிரியர் பீட்டர் கிலிஃப்ட் (Peter Clift-2012) இதே கருத்தை உறுதிப்படுத்துகிறார். ராஜீவ் சின்ஹா மற்றும் அஜீத் சிங் (Rajiv Sinha and Ajit Singh-2017) போன்ற இந்திய ஐஐடி கான்பூர் ஆய்வாளர்களின் கக்கர்-ஹக்ரா நிலவியல் ஆய்வறிக்கையின்படி கக்கர்-ஹக்ரா என்பது சட்லெஜ் ஆற்றின் பகுதி, சிந்து சமவெளிப் பண்பாடு தோன்றுவதற்கும் முன்னரே தொன்மையான காலத்தில் சட்லெஜ் பாயும் தடத்தை மாற்றிக் கொண்டது என்று குறிப்பிடுகிறார்கள்.[12]

இந்த ஆய்வுக் குழுவில் பங்கு பெற்ற மற்றொரு ஆய்வாளரான சஞ்சீவ் குப்தா என்ற லண்டன் இம்பீரியல் காலேஜ் நிலவியல் ஆய்வாளர் நடத்திய அறிவியல் ஆய்வுகளின் முடிவின்படி

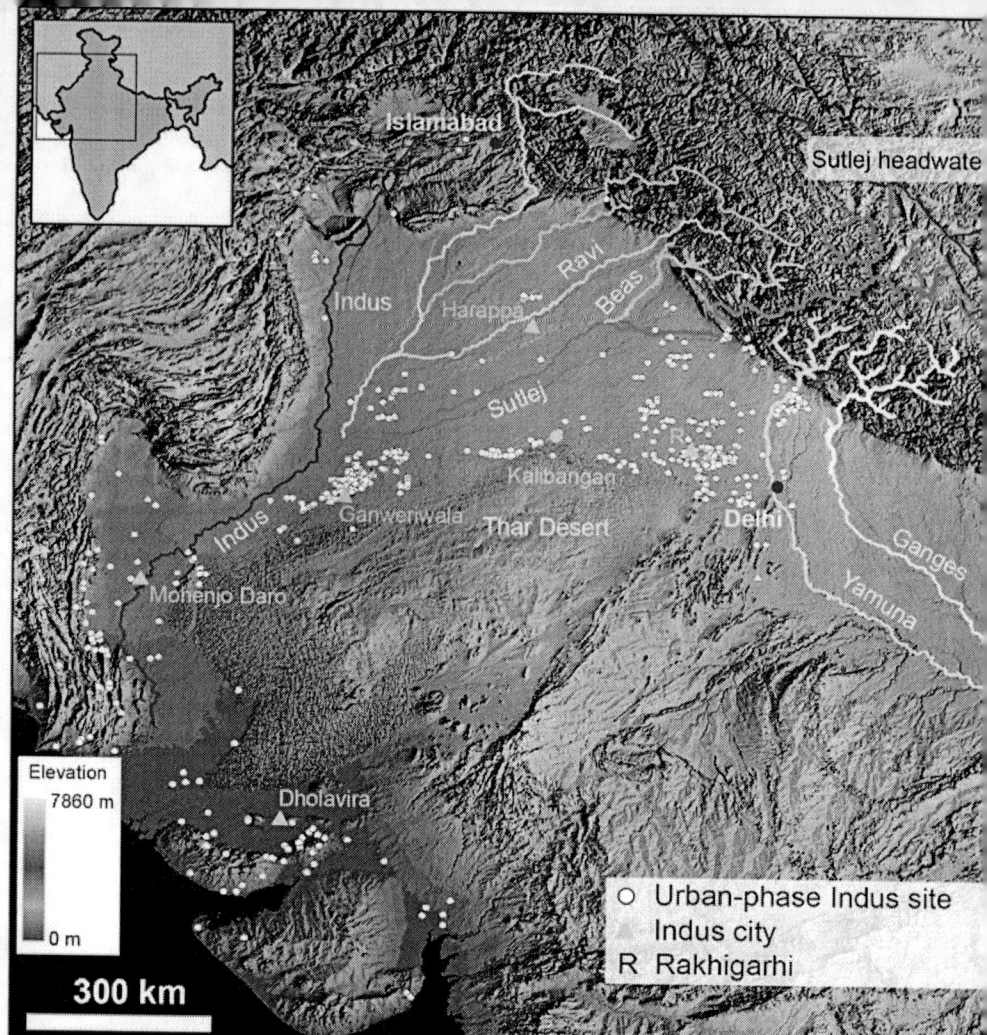

This map of northwestern India and Pakistan shows the locations of ancient Indus settlements. Thou some larger cities are on modern Himalayan rivers, most of the villages sit in areas not fed by major ri (Image credit: P.J. Mason/S. Gupta (Imperial College London) (Data for map courtesy of NASA and the Geological Survey))

https://www.nature.com/articles/s41467-017-01643-9/figures/1

ஹரப்பா குடியிருப்புகள், குறிப்பாக ராஜஸ்தானின் கலிபாங்கன் (*Kalibangan*) பகுதி நகர நாகரீகக் குடியிருப்புகள் நாம் இதுவரை நினைத்திருந்தது போல வற்றாத ஆற்றினை அடிப்படையாகக் கொண்டு உருவானவையல்ல. மாறாக, அவை பருவகால மழைநீரைக் கொண்ட ஆற்றுப்படுகையில் அமைந்தவை. இந்த ஆய்வுக்குழுவினரால் வறண்ட கக்கர்-ஹக்ரா ஆற்றின் கரைகளில் 40 மீட்டர் ஆழத்திற்குத் துளைகள் இடப்பட்டு வண்டல் மற்றும் படிவுகளின் மண் மாதிரிகள் எடுக்கப்பட்டு அவை தீவிர ஆய்வுக்கு

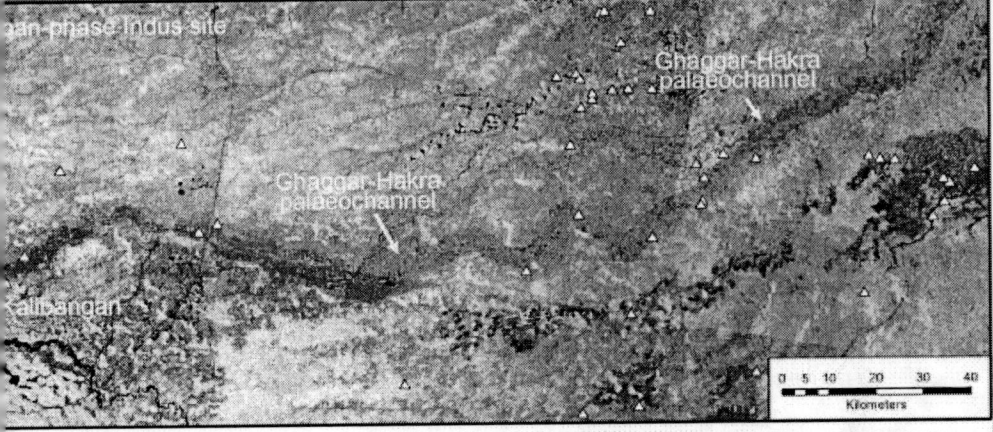

The former river channel left behind a low-lying area rich with groundwater and
dy soil. (Image credit: P.J. Mason/S. Gupta (Imperial College London) (Landsat
ery courtesy of NASA Goddard Space Flight Center and the U.S. Geological Survey))

உட்படுத்தப்பட்டன. ஆய்வின் முடிவாக கக்கர்-ஹக்ரா ஆறு இமயமலைப் பகுதியில் உருவான ஆறுதான் என்பது உறுதியானது. ஆனால் மண்ணில் உள்ள மைக்கா மற்றும் சிர்க்கான் (*mica and zircon*) அளவின்படியும் அது காலக்கணக்கிற்கு உட்படுத்தப்பட்ட ஆய்வின் படியும் அது சட்லெஜ் நதியுடன் மட்டுமே ஒத்துப் போகிறது என்று கண்டுபிடிக்கப்பட்டுள்ளது. ஆகவே அறிவியல் ஆய்வின்படி கக்கர்-ஹக்ரா ஆறுதான் தடம் மாறிய சட்லெஜ் ஆறு.

மேலும் லூமினசன்ஸ் ஆய்வு (*luminescence - optically stimulated luminescence dating of sand grains*) முடிவுகளின்படி சுமார் *8,000* ஆயிரம் ஆண்டுகளுக்கும் முன்னரே சட்லெஜ் ஆறு பாதை மாறி ஓடியுள்ளதும் தெரியவந்துள்ளது. அதன்பிறகே பிற்காலத்தில் மேலும் *3000* ஆண்டுகள் கழிந்தபின்னர் அப்பகுதியில் வாழத்துவங்கிய ஹரப்பா குடியிருப்புப் பகுதியினைச் சார்ந்த மக்கள் இந்த ஆறு விட்டுச்சென்ற வளமான நிலத்தடி நீரையும் பருவகால மழையையும் பயன்படுத்தி வாழ்ந்துள்ளார்கள். சரஸ்வதி என்று ஒரு ஆறு இருந்திருந்தால் அது ஹரப்பா காலத்தில் அப்பகுதியில் பாய்ந்திருக்க வாய்ப்பில்லை என்று அறிவித்த பிரெஞ்சு நிலவியல் ஆய்வாளரான மேரி ஆக்னஸ் கர்ட்டி அவர்களின் முடிவுடன் இந்த முடிவு ஒத்துப்போகிறது. ராஜீவ் சின்ஹா, அஜீத் சிங் மற்றும் சஞ்சீவ் குப்தா ஆகியோரின் இந்த ஆய்வு காட்டும் முடிவு இதுதான். அதாவது கக்கர்-ஹக்ராதான் சரஸ்வதி.., சரஸ்வதி மறைந்தது வேத காலம்.., அது பாய்ந்தோடிய பகுதி நாகரீகம் ஹரப்பாவின் சிந்து-சரஸ்வதி நாகரீகம்.., என்று முன்வைக்கப்பட்ட அனைத்து கருதுகோள்களையும் முறியடித்ததுடன் அவற்றுக்கு முடிவும் கட்டிய அண்மையில் வெளியிடப்பட்ட ஒரு முக்கியமான ஆய்வு முடிவு (*https://doi.org/10.1038/s41467-017-01643-9*).

ஆகவே அறிவியல் ஆய்வுகள் தரும் கக்கர்-ஹக்ரா ஆற்றின் விவரிப்பு வேதம் கூறும் சரஸ்வதியின் விவரிப்புடன் பொருந்தவில்லை என்பது தெளிவாகிறது. ஆனால், இவற்றைப் பொருட்படுத்தாமல் சரஸ்வதியை மீட்க வேண்டும் என்று இந்திய அரசு 50 கோடி ரூபாய் பொருட்செலவில் பாலைவனத்தில் சரஸ்வதி ஆற்றைத் தேடிக் கொண்டிருக்கிறது. நிலவியல், தட்பவெப்ப சூழலியல், தொல்லியல் தரவுகள் என்று எந்த ஒரு அறிவியல் தரவையும் பொருட்படுத்தாத நிலை ஆன்மீகவாதிகளின் நம்பிக்கை சார்ந்த செயல் என்றால் நாம் அதை வேறு வழியின்றி அது அவர்களது நம்பிக்கை என்ற அளவில் ஏற்றுக்கொள்ளலாம். ஆனால் அதே நிலைப்பாடு அரசாலும் முன்னெடுக்கப்படுவது கவலைதரும் ஒரு பொறுப்பற்ற செயல். தடம் மாறிய சட்லெஜ் ஆற்றின் பழைய பாதையின் எச்சத்தை சரஸ்வதி என்று அழைக்க விரும்புகிறார்கள் சரஸ்வதி ஆற்றின் ஆர்வலர்கள். அத்துடன் அவர்கள் சிந்துவெளி நாகரீகத்திற்கும் உரிமை கோருகிறார்கள். இந்த மீட்பு முயற்சிக்குப் பின் உள்ள அரசியலை, போலி அறிவியலை, மூட நம்பிக்கையைக் கேள்விக்கு உட்படுத்த வேண்டியது அறிவியல் மற்றும் சமூகவியல் ஆய்வாளர்களின் கடமை. உண்மையில் சரஸ்வதி எங்குதான் ஓடியது?, என்னதான் ஆனது? என்பது எவருக்குமே ஆர்வமூட்டும் ஒரு கேள்விதான். அதை மறுக்க முடியாது. ஆனால் இதுவரை முன்வைக்கப்பட்ட தரவுகள் சிந்து சமவெளி நாகரீகத்தை சரஸ்வதி என்று மறுபெயர் சூட்டும் அளவிற்கு அறிவியல் அடிப்படையில் தரவுகள் எதையும் தரவில்லை என்பதுதான் இன்றைய நிலைமை.

மேற்கூறப்பட்டவை தவிர்த்து இதுவரை இந்தியப்பகுதியில் சரஸ்வதி ஆற்றைத் தேடியது போக இந்தியாவிற்கு வெளியிலும் சரஸ்வதி ஆறு இருப்பதாகக் காட்டப்படும் ஒரு செய்தியும் உள்ளது. இடம் பெயர்ந்து இந்தியப்பகுதிக்கு வந்த ஆரியர் இந்தியாவில் சரஸ்வதி என்று மற்றொரு ஆற்றுக்குப் பெயர் சூட்டியுள்ளார்கள் என்ற கருத்தும் உள்ளது. ஹரஹ்வதி (*Harahvaiti/Helmand River*) என்ற பெயரில் பண்டைய ஈரான் ("ஈரான்" என்னும் சொல் பாரசீக மொழியில் "ஆரியரின் நிலம்" எனப் பொருள்படும்) பகுதியில் பாய்ந்த நதிதான் சரஸ்வதியாக ரிக் வேதத்தில் கூறப்பட்டுள்ளது என்ற ராஜேஷ் கோச்சார் (*Rajesh Kochhar, 2000*) போன்றவர்களின் ஒரு ஆய்வுக் கோணமும் உண்டு. மேலும் ரிக் வேத சரஸ்வதி சுலோகங்கள் சிந்து பற்றிய சுலோகங்களையும்விடக் காலத்தால் முற்பட்டது என்றதொரு கருத்தும் உண்டு என்பதையும் கவனத்தில் கொள்ள வேண்டும்.

சரஸ்வதி என்பது ரிக் வேதத்தில் ஆறுகளைக் குறிக்கும் ஒரு பொதுப்பெயராகக் கொள்ளலாம் அதாவது ஒரு குறியீடு என்பது இர்ஃபான் ஹபீப் (*Irfan Habib, 2000*) முன்வைக்கும் கருத்து.

அது மட்டுமன்றி வைதீக சமய வேதாந்திகளும் பெரியோர்களும் "சரஸ்வதி என்பது மனிதனின் உள்ளார்ந்து ஓடும் ஞானத்தின் குறியீடு என்றும் அது வாக்கினில் வெளிப்படும் அந்தராத்மாவின் சூட்சுமம்" என்றும் சொல்கிறார்கள். ஆனால் இது ரிக் வேதப்பாடல் 'மலைகளின் தலையாய் நிற்கும் முகடுகளில் அவள் தன் வலுவான வெள்ளி அலைகளை வெடித்துச் சிதற வைக்கிறாள்' (ரிக் வேதத்தின் 6.61ம் பாடல்) என்று குறிப்பிடுவதற்கு முற்றிலும் மாறுபட்ட மற்றொரு கருத்து என்பதையும் போகிற போக்கில் ஒரு சில குறிப்புகளாகக் கவனத்தில் கொள்வது சரஸ்வதி நதி குறித்த பிற கருத்தாக்கங்களும் மக்களிடையே உள்ளன என்பதைக் கோடி காட்டும்.

இறுதியாக ஒரு கேள்வி:

சரஸ்வதி என்று சுட்டிக்காட்டும் ஒரு வறண்ட ஆற்றின் தடமே சரஸ்வதி அல்ல, அது ஹரப்பா பண்பாடு தோன்றுவதற்கும் பலநூறு ஆண்டுகளுக்கு முன்னரே திசைமாறி ஓடிய சட்லெஜ் ஆறு விட்டுச்சென்ற ஒரு தடம் என்று அறிவியல் ஆய்வுகள் உறுதியாகச் சான்று தந்து அறிவிக்கையில், அது சரஸ்வதி ஆறு என்றும் அங்கு இருந்த நாகரிகத்தைச் சிந்து-சரஸ்வதி நாகரிகம் என்றும் எவ்வாறு புதுப்பெயர் சூட்டி அழைக்க முடியும்?

References:

[1] Michel Danino (2010), *The Lost River: On The Trails of Saraswati*, Chapter 2

[2] Alexander Cunningham (1871), *The Ancient Geography of India*

[3] W. W. Hunter (1885), *The Imperial Gazetteer Of India V5: Ganjam To India*, pp. 54

[4] R. D. Oldham (1886), "On Probable Changes in the Geography of the Panjab and its Rivers: A Historical-Geographical Survey', *Journal of the Asiatic Society of Bengal*, LV, 2, pp. 322–43

[5] Jacob Koshy (2019), Scientists excavate 'ancient river' in Uttar Pradesh, OCTOBER 01, 2019, The Hindu. https://www.thehindu.com/news/national/scientists-excavate-ancient-river-in-uttar-pradesh/article29560057.ece

[6] Thomas Burrow (1963), "On the Significance of the term arma, armaka in Early Sanskrit Literature." *Journal of Indian History* vol.41, pp. 162.

[7] Shereen Ratnagar (2001), *Understanding Harappa: Civilization in the greater Indus Valley.*

[8] Misra, V.N. (1994). Indus Civilization and the Rigvedic Saraswati,

in South Asian Archaeology 1993 (Asko Parpola and Petted Koskikallio Eds.), pp. 511-525. Helsinki: SuornaLalnen Tiedeakatemia.

[9] Government constituted expert committee finds Saraswati river did exist, Oct 15, 2016,Economic Times. https://economictimes.indiatimes.com/news/politics-and-nation/government-constituted-expert-committee-finds-saraswati-river-did-exist/articleshow/54870743.cms

[10] Shinde, V. et al, (2008), Exploration in the Ghaggar Basin and excavations at Girawad, Farmana (Rohtak District) and Mitathal (Bhiwani District), Haryana, India.

[11] Romila Thapar (2004), Early India: From the Origins to AD 1300.

[12] Singh, A., Thomsen, K.J., Sinha, R. et al. Counter-intuitive influence of Himalayan river morphodynamics on Indus Civilisation urban settlements. Nat Commun 8, 1617 (2017). https://doi.org/10.1038/s41467-017-01643-9

தமிழ் மரபு அறக்கட்டளை பதிப்பகம்

தமிழ் மரபு அறக்கட்டளை பன்னாட்டு அமைப்பு எனும் நிறுவனம் 2001ஆம் ஆண்டு தொடங்கப்பட்டது. தமிழர் மரபு, தமிழ் வரலாறு, பண்பாட்டுக்கூறுகள், மரபுசார் தரவுகளைப்பாதுகாத்தல் மற்றும் ஆவணப்படுத்துதலை முக்கிய நோக்கங்களாகக்கொண்டு இந்நிறுவனம் செயல்படுகின்றது. இவை மட்டுமின்றி வரலாற்றுப்பாதுகாப்பு குறித்த சமூக விழிப்புணர்வை ஏற்படுத்தும் செயல்பாடுகளையும் தொடர்ந்து முன்னெடுத்து வருகிறது.

தமிழ் கூறும் நல்லுலகிற்கு, குறிப்பாக ஆய்வு நிறுவனங்கள், கல்லூரிகள், பல்கலைக்கழகங்கள், பள்ளிக்கூடங்களில் பயில்வோருக்குத் தரமான ஆய்வு முறைமைகளைப் பயன்படுத்த ஊக்குவிக்கும் பல்வேறு செயல்பாடுகளை, பயிற்சிப் பட்டறைகளை, களப்பணிப் பயிற்சிகளைத் தொடர்ந்து செய்து வருகின்றது தமிழ் மரபு அறக்கட்டளை பன்னாட்டு அமைப்பு.

இச்செயற்பாடுகளின் ஒரு அங்கமாகத் தமிழ் மரபு அறக்கட்டளையின் பதிப்பகப் பிரிவு 2019ஆம் ஆண்டு தொடங்கப்பட்டது. வரலாறு, தமிழியல், பண்பாட்டியல், மானுடவியல், சமூகவியல், புலம்பெயர்வு ஆகிய துறைகளில் ஆய்வுசார் நூல்கள் இப்பதிப்பகத்தின் மூலம் பதிப்பிக்கப்படுகின்றன.

தமிழர் வரலாற்றுக்கு ஓர் அரணாக விளங்கும் தமிழ் மரபு அறக்கட்டளை பன்னாட்டு அமைப்பு உலகளாவிய கிளைகள் கொண்டு இயங்குகின்றது. ஜெர்மனியைத் தலைமையகமாகக் கொண்டு இயங்கி வரும் இந்த ஆய்வு நிறுவனம் உலகளாவிய வகையில் தமிழர் வராற்றுப் பாதுகாப்பு நடவடிக்கைகளைச் செயல்படுத்தி வருகிறது.

தொடர்புக்கு
e-mail : mythforg@gmail.com
https://tamilheritage.org/

தமிழ் மரபு அறக்கட்டளை வெளியீடுகள்

1. Der Kural Des Thiruvalluvar
By Dr.Karl Graul
(First edition 1856 reprinted – 2019)   Price.80 Euro

2. Thiruvalluvar's Prose
By August Fridrich Cammerer
(First edition 1803 reprinted – 2019)   Price.50 Euro

3. திருவள்ளுவர் யார்?
கட்டுக்கதைகளைக் கட்டுடைக்கும் திருவள்ளுவர்
கௌதம சன்னா (2019)   விலை ரூ.200

4. நாகர் நிலச்சுவடுகள் (இலங்கை பயண அனுபவம்)
மலர்விழி பாஸ்கரன் (2020)   விலை ரூ.100

5. அறியப்பட வேண்டிய தமிழகம்
தொ. பரமசிவன் நேர்காணலும் கட்டுரைகளும்
தொகுப்பாசிரியர் – முனைவர்.க.சுபாஷிணி (2021)   விலை ரூ.80

6. கீழக்கரை வரலாறு
எஸ். மஹ்மூது நெய்னா
(2021) (இப்போது.காம் இணை பதிப்பு)   விலை ரூ.250

7. சிதம்பரம் – ஊர் உருவாக்கமும் புவிசார் அமைப்பும்
முனைவர்.சிவராமகிருஷ்ணன் (2021)   விலை ரூ.100

8. கொங்குநாட்டுக் கல்வெட்டுகள்
துரை சுந்தரம்   (2021)   விலை ரூ.150

9. கொங்குநாட்டுத் தொல்லியல் சின்னங்கள்
துரை சுந்தரம்   (2021)   விலை ரூ.140

10. தொல்லியல் நோக்கில்
தமிழ்நாட்டுக் கடவுளரும் வழிபாட்டு மரபுகளும்
முனைவர் கோ.சசிகலா (2021)   விலை ரூ.150